व्यंकटेश माडगूळकर

गोष्टी चराकडील

मेहता
पब्लिशिंग
हाऊस

GOSHTI GHARAKADIL by VYANKATESH MADGULKAR
गोष्टी घराकडील । कथासंग्रह

व्यंकटेश माडगूळकर

© ज्ञानदा नाईक

मराठी पुस्तक प्रकाशनाचे हक्क मेहता पब्लिशिंग हाऊस, पुणे.

प्रकाशक : सुनील अनिल मेहता, मेहता पब्लिशिंग हाऊस,
१९४१, सदाशिव पेठ, माडीवाले कॉलनी, पुणे - ३०.

℗ ०२०-२४४७६९२४

E-mail : info@mehtapublishinghouse.com

Website : www.mehtapublishinghouse.com

अक्षरजुळणी : इफेक्ट्स, २१/६ब, आयडिअल कॉलनी, कोथरूड, पुणे - ३८.

मुखपृष्ठ व मांडणी : चंद्रमोहन कुलकर्णी

मुखपृष्ठावरील लेखकाचे छायाचित्र
शेखर गोडबोले

प्रकाशनकाल : दुसरी आवृत्ती : १५ ऑगस्ट, १९९० /
१५ ऑगस्ट, २००० / २६ जानेवारी, २००८
मेहता पब्लिशिंग हाऊस यांची पाचवी आवृत्ती : मे, २०१२ / एप्रिल, २०१३ /
पुनर्मुद्रण : ऑक्टोबर, २०१७

P Book ISBN 9788184983616

E Book ISBN 9789387319233

E Books available on : play.google.com/store/books
https://www.amazon.in/b?node=15513892031

गोष्टी घराकडिल मी वदतां, गड्या रे,
झालें पहा कितिक हें विपरीत सारें
आहे घरासचि असें गमतें मनास
ह्या येथल्या सकळ वस्तु उगीच भास
— केशवसुत

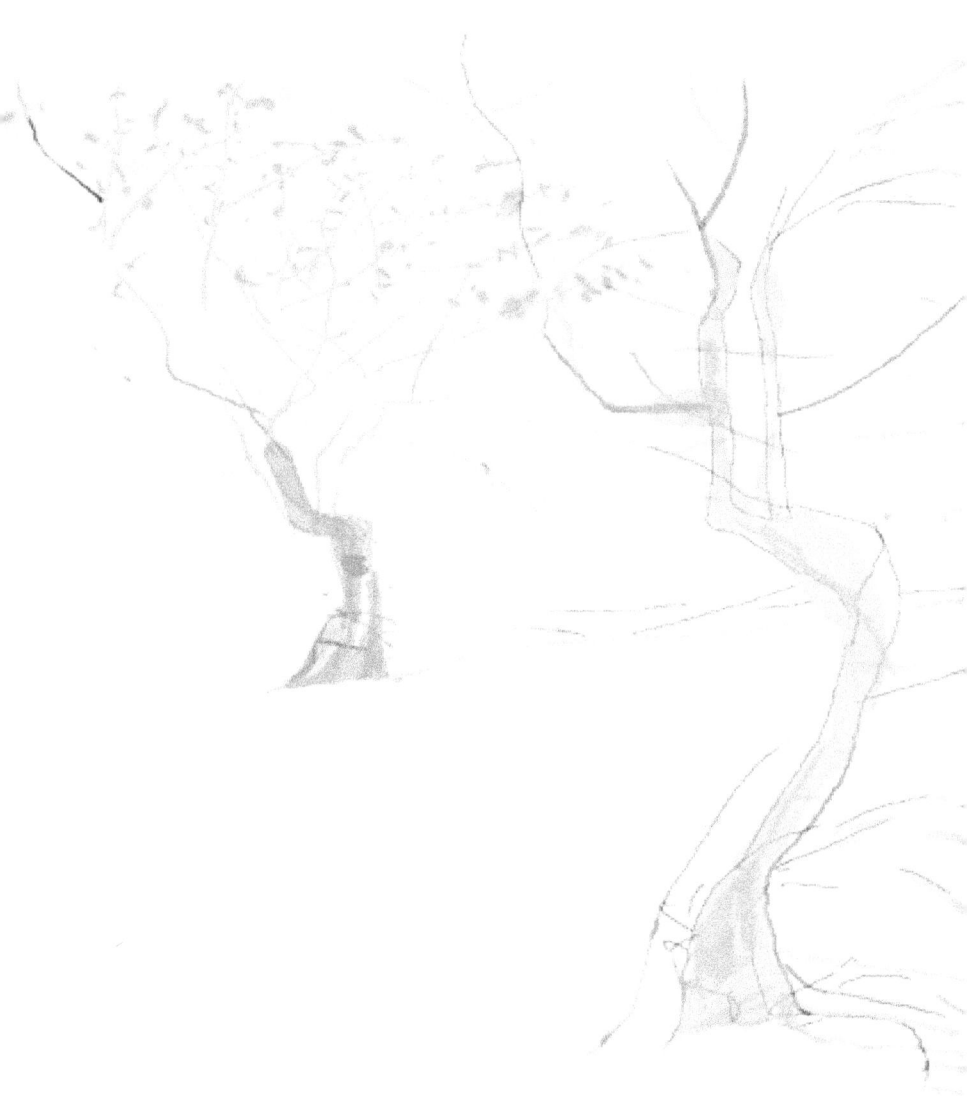

अनुक्रम

। एक ।

जुन्या घराची आठवण

गावात शिरले की, चारएक घरे सोडून आमचे जुने घर होते. खरेतर ब्राह्मणाचे घर ब्राह्मण आळीतच असायचे; पण आमच्या उजव्या बाजूला तुका कंडऱ्याचा शेजार होता, मागे तुळशीराम पाटलाचा वाडा होता, समोर रामा नसल्याची माडी होती आणि डाव्या बाजूला तर चक्क रामोसवाडा होता. येलमार-रामोश्याच्या शेजाराने आमचे देशस्थ ब्राह्मणाचे घर उभे होते! मात्र शेजाऱ्याच्या मानाने ते बरेच मोठे होते. चौकोनी आकाराचे आणि चांगले साठ-सत्तर खणांचे! गावात भावकीत कुणाघरीही लग्नकार्य असले की, जानोसा आमच्या वाड्यात असे. समोरून बघणाऱ्याला मात्र हे घर आत इतके मोठे असेल, असे मुळीच वाटत नसे. कारण या एवढ्या घराला शोभेल असा दरवाजा पुढे नव्हता. ओबडधोबड दगडाने बांधलेल्या दर्शनी भिंतीला केवळ लहानशी अशी एक चौकट; तिला दारसुद्धा नाही. पावसाळ्याच्या दिवसांत आतला चौक हिरव्यागार गवताने भरून जाई आणि मोकळी गुरे-वासरे बेधडक आत शिरून ते खात राहत. उन्हाळ्यात वाळवण घातले की, कंडऱ्याची शेरडे-कोकरे हमेशा त्याच्यावर येऊन पडत. रामोश्याच्या कोंबड्यांना तर या चौकाचे फारच आकर्षण वाटे. चौकातले किडे-दाणे टिपीत त्या दिवसभर हिंडत. कोंबडा मागे लागला की, मान खाली घालून को-को करीत, माजघर-सोप्यातून फडफडत. संध्याकाळ झाली की, सोप्यातल्या कोनाड्यात चढून बसत आणि एखाद्या वेळी गुळगुळीत पांढरे अंडेही घालीत. भटक्या कुत्र्यांचे लोंपाटही बाहेरून आले की, उघड्या दारातून आत घुसे आणि सोपा-माजघर-स्वयंपाकघर ओलांडून परसाच्या भिंतीवर उड्या

मारून पार निघून जाई. कैकाड्याची, बेलदाराची किंवा गाढवी सोनाराची पाले गावाबाहेर पडली की, त्यांची कळाव घालून सोडलेली गाढवे रात्री-अपरात्री आत शिरत, पावसापाण्याला आडोसा घेत. आमच्या गुरांसाठी रचून ठेवलेली वैरण खाऊन जोगावत. हे असे वर्षानुवर्षे चालले होते; पण त्या चौकटीला दोन फळ्या मारून घेण्याच्या खटपटीत कोणी पडले नाही. बरे, बांधणाऱ्यानेही एवढे चौसोपी घर बांधले आणि दरवाजा करायचा कसा ठेवला?

कंडऱ्याच्या शेरडांनी वाळवण खाल्ले किंवा रामोश्याच्या कोंबडीने सोप्याच्या कोनाड्यात अंडे घातले की, माझ्या आईकडून सारा इतिहास खड्या आवाजात बोलला जाई.

वाडा पुरा झाला आणि आता दरवाजा बसवायचा, तेवढ्यात माझे आजोबा वारले. त्यांनी सगळी तयारी केली होती. फळ्या-चौकट्या कापून रंधून ठेवल्या होत्या. खिळेमोळेसुद्धा आणून ठेवले होते; पण माझ्या वडिलांच्या हातून ते अपुरे कार्य त्यांच्या हयातीत पुरे झाले नाही. आज करू, उद्या करू; आज सुतार गावी गेला, उद्या त्याला गोड वाटेनासे झाले – असे होता-होता तीस-पस्तीस वर्षांचा काळ निघून गेला. त्या फळ्या, ते खिळेमोळे कामातून जाऊ लागले. मग केव्हा तरी माझ्या काकांनी किडून पडलेली त्यातील एक फळी काढली. कुऱ्हाड घेतली आणि तिच्या फाळी करून सरपणाची अडचण भागविली. अर्थातच मग हळूहळू सगळा दरवाजा फोडला गेला. कापून-रंधून ठेवलेला तो महागडा, भलामोठा दरवाजा अंघोळीचे पाणी तापविण्यासाठी खर्ची पडला!

त्या चौकटीतून आत गेले की, उजव्या हाताला पाच खणी सोपा होता. बाकीच्या इमारतीच्या मानाने हा सोपा नवीन दिसे. कारण तो नंतर, आजोबांनी निम्मे घर धाकट्या भावाला दिल्यावर बांधला होता. बाजीनानांना मात्र इमारत उभी करणे जमले नाही. मला चांगले कळू लागेपर्यंत त्या न बांधल्या गेलेल्या सोप्याच्या जोत्यावर म्हातारे बाजीनाना टकळीवर लोकर कातीत बसत. एवढे वय झाले, तरी तो म्हातारा चांगला काटक होता. त्याचा उभट आणि गोरापान चेहरा सुरकुत्यांनी भरून गेला होता, केस पांढरेशुभ्र झाले होते, तरी ते रानामाळात खपत. अंगात बाराबंदी घातलेले आणि रुंद कासोट्याचे धोतर नेसलेले बाजीनाना हातात खुरपे घेऊन रानातले तण काढायला वाड्याबाहेर पडत असलेले मला अजून दिसतात. त्यांनी डोक्यावर घेतलेल्या त्या धोतराच्या घडीचा फिकट तांबूस रंग आणि त्यांच्या पायांतील जोड्यांचा आवाजसुद्धा मला नीट आठवतो. चौकातल्या कोपऱ्यात लावलेल्या कडुलिंबाच्या रोपाची, प्राजक्ताची घ्यावी तशी काळजी ते कसे घेत, जेवून आचवायलासुद्धा त्याच्या आळ्याशी कसे येत, आपल्या बारीक आवाजात आम्हा

पोरांची चेष्टा कशी करीत....

– मला वाटते, बाजीनानांसारख्या माणसांची जात आता कायमची नाहीशी झाली आहे!

नानांनी लावलेले हे लिंबाचे रोपटे पुढे केवढेतरी मोठे झाले. उन्हाळ्यात त्याची सावली अंगणाचा बराचसा भाग व्यापून राही आणि तो मोहरला म्हणजे कसा सुरेख वास सगळ्या घरभर हिंडत राही! दुपारी सगळीकडे शांत असे आणि त्याच्या हिरव्या डहाळीवर बसून साळुंख्या मंजूळ बोलत. कावळा-कावळीचे एक जोडपे उंचशा फांदीवर एकमेकाला अगदी खेटून बसलेले असे. दिवस मावळू लागला की, कुठूनशा अनेक चिमण्या गोळा होत आणि विलक्षण गोंधळ करीत. कुणी कुठे बसून रात्रीची झोप घ्यावी, हे शेवटपर्यंत ठरत नसे. दिवे लागेपर्यंत हा तंटा चालूच राही. आम्ही 'दिव्या दिव्या दीपत्कार' म्हटले आणि जुन्या सोप्यातल्या चौकटीपाशी समई जळू लागली की, भांडता-भांडताच त्या झोपी जात. सारे शांत होई. वाऱ्याच्या थंडगार झुळका येऊ लागत; येताना कधी गवताचा झकास वास, तर कधी गुराख्याने सोबत्याला घातलेली उंच साद बरोबर आणत. लिंबाच्या डहाळ्या कुजबुजू लागत.

पिठल्याने पोळलेली तोंडे घेऊन झोपण्यासाठी नव्या सोप्यात आले की, आढ्याशी असलेल्या हलकड्यांत बसलेला एखादा चिमणा दिसायचा आणि अंगरखे-पासोड्या घेऊन त्याला पकडायची धमाल उडायची.

घाबरलेला चिमणा इकडे-तिकडे भरारत राही. पासोडीचा फटकारा बसून जमिनीशी पडे, फिरून वर फडफडे आणि मग आतून आई ओरडे, "अरे चांडाळांनो, का लागता पाखराच्या मागे? रात्री त्याचे डोळे जातात रे! त्याला माराल, तर पोरं मुकी होतील तुमची!"

मांजराला मारले की, काशीला जावे लागते, याबद्दल त्या काळी कधी शंकासुद्धा आली नाही. चिमण्या मारल्यावर पुढे पोरे मुकी जन्माला येतील, या धास्तीने चिमण्यांचा पाठलाग सोडून झोपण्यासाठी आम्ही पासोडीखाली मुकाट शिरत असू.

नव्या सोप्यात पाकोळ्यांची वस्ती होती. कडीपाटाच्या चिरांतून, फटींतून त्या पोरे घालीत. त्यातले एखादे खाली पडे. आमच्या भूतदयेचा त्याच्यावर इतका मारा होई की, लवकरच बिचारे मरून जाई. चिमण्या झोपल्या की, या पाकोळ्या बाहेर पडत आणि भरारू लागत. कधीकधी त्या इतक्या खालून जात की, जुन्या सोप्यात अंथरूण टाकून करुणाष्टके म्हणत बसलेल्या आईच्या डोक्याला त्यांच्या पंखांचा स्पर्श होई आणि 'अचपळ मन माझे नावरे आवरीता' म्हणता-म्हणता मध्येच थांबून

ती ओरडे, ''अरे पोरांनू! या पाकोळ्यांनी भंडावलं रे! बघा त्यांच्याकडे!''

आणि मग पडत्या फळाची आज्ञा घेऊन आम्ही पाकोळ्या मारण्याची मोहीम सुरू करीत असू. आईला ते बघवत नसे. ती मागील दारी जाऊन बसे; पण चिमण्यांप्रमाणे पाकोळ्या मारून आपल्याला किंवा आपल्या पोराबाळांना काही इजा पोचत नाही, याची आम्हाला खात्री असे.

सकाळची उन्हे जोते चढून वर येत. नव्या सोप्याला आडवी बांधलेली गुढीची लांबलचक काठी चिवचिवणाऱ्या चिमण्यांनी भरून जाई. त्यांच्याकडे बघत त्या कोवळ्या उन्हात कर्दळीच्या हिरव्या पानांवर बाजरीची शिळी भाकरी आणि हिरव्या मिरच्यांचा ठेचा याची न्याहारी आम्ही भावंडे करीत असू.

पुढे समांतर आडवा असा जुना सोपा होता. या जुन्या सोप्याच्या जमिनीत मुरमाबरोबर आत रुतून बसलेले धामुके सापडत आणि आम्ही एकमेकांना सांगत असू की, 'पूर्वी आपल्या घरी खूप मेंढरं होती. बाबा वारल्यावर हळूहळू तीही एकामागून एक अशी मरून गेली. बाभळीच्या शेंगा खाऊन जोगवलेली मेंढरं वाड्यात बसत. त्यांनी टाकलेल्या लेंड्यांतून हे बाभळीचं बी जमिनीत रुतलं आहे.'

आजोबांच्या काळी आपल्या घरी केवढे वैभव होते, याची साक्ष देणारे हे धामुके तेव्हा किती मौल्यवान वाटत!

आणि जुन्या सोप्यात एक चमत्कारिक तुळई होती. तिच्या खाली झोपले की, रात्री ओरडत उठायला होत असे. ही तुळई बाबांची आठवण देई. त्या ढाणक म्हाताऱ्याने जेव्हा हा वाडा बांधला, तेव्हा त्याला लागणारे लाकूड नाही तेथून गोळा केले.

एका कुणब्याच्या मळ्यात मोठे झाड होते. तो म्हणाला, ''बाबा रे, हे एकच झाड माझ्यापाशी हाय अन् त्येच्या खालीबी म्हसुबा. कडक देव त्यो. त्याची सावली कशी तोडतोस?''

पण बाबाला विधिनिषेध नव्हता. कमरेला उपरणे आवळून त्याने शेंदूर माखलेला म्हसोबा उचलला आणि उन्हात ठेवला. चार लोक बोलावून ते झाड तोडले, कापले, रांधले आणि घराला तुळई बसवून टाकली. ती ही तुळई. एखादा पांथस्थ चुकून हिच्या खाली झोपला, तरी त्याला झोपेतून उठवून ही हकिगत आम्ही सांगत असू.

जुन्या सोप्यानंतर आत माजघर होते. कुठेही खिडकी नसलेल्या या माजघराला पडदी घालून एक अंधारी जागा केली होती. तिला सांदाडी म्हणत. जुन्या सोप्यातल्या

तुळईपेक्षा कितीतरी पटींनी आदर बाळगावा, अशी ही सांदाडी अनेक जुन्या वस्तूंची खाण होती. माझे आजोबा ज्याच्यावर झोपत, तो भलामोठा लाकडी पलंग निखळून तिथेच टाकला होता. पेरणीची चाडी, मोडका कंदील, पिकदाणी, दिवे, पराती, हंडे, रांगोळे, वासे, फळ्या, खिळ्या-कड्यांनी भरलेला पोवरा, पाट्या, कुदळी-फावडी अशा अनेक वस्तू तिथे वर्षानुवर्षे धूळ खात पडल्या होत्या. मोठ्या माणसांची नजर चुकवून त्या उजेडात आणाव्यात आणि बघाव्यात, असे मला फार वाटे. ही इच्छा फार बळावली म्हणजे सांदाडीच्या आत दोन पावले टाकून कोंदट हवेचे श्वास घेत आणि काळोखाकडे डोळे ताणून मी उभा राही. विलक्षण अशा जिज्ञासेबरोबर तशीच भीतीही मनात असे. साप-विंचवाची नव्हे, त्याहीपलीकडचे असे काही तिथे असले पाहिजे, असे वाटे. मग कधी धाकट्या भावाला सोबत घेऊन ही गूढ जागा शोधण्यासाठी मी निघे. हातातल्या समईचा मंद प्रकाश काळोखाला काही वेगळाच रंग देई. माझ्याच श्वासाने समईची ज्योत हले. त्याबरोबर भिंतीवरच्या चमत्कारिक सावल्यांना जीव येई. गार घामाचे ओघळ कानांमागून सुटत. पाऊल-पाऊल पुढे जाता-जाता एखादा उंदीर खडबडे आणि भिऊन ओरडणाऱ्या भावाला धीर देत मी लगबगीने बाहेर, दिवसाच्या उजेडात येत असे.

घरातल्या मांजरीशिवाय निर्वेधपणे असा वावर तेथे कोणाचाही नसे. उंदरांच्या शिकारीसाठी दिवसभर ती तिथे टपून असे. तिची पोरेही तेथेच जन्माला येत आणि मोठी होत.

आणि अशा या सांदाडीत माझी आई बाळंत होत असे. ती बाज, ते घोंगडे, तो तेलाचा आणि शेपाच्या धुराचा वास हे सगळे मला नीट आठवते. बाळंतपण, त्यातलाच आजार – या काळात त्या काळ्याकुट्ट अंधारात ती महिनोन् महिने पडून असे. तिच्यापाशी जाण्याचे धाडस मला मुळीच होत नसे. मग तिनेच कधी हाक मारली म्हणजे दबत-दबत जाऊन मी बाजल्यावर बसत असे. बाळाचे पापे घेत असे. दूध, वेखंड आणि तेल यांच्या वासाने हे पापे माखलेले असत; पण त्या बाजेवर बसून हळीव अगर डिंकाचा लाडू खाताना माझे डोळे मात्र समईच्या प्रकाशापलीकडील त्या गूढ काळोखाकडे असत.

तान्हे मूल फार रडू लागले, म्हणजे हातात दिवा घेऊन आई सांदाडीचे कोपरे शोधी. त्या अगोदर मला संवाद पढवलेला असे. मी विचारी, ''आई, काय हुडकतीस?''

आई म्हणे, ''बाळाची किरकिर हुडकते!''

पुढे विचारायचे मी विसरून जाई. दिव्याच्या पिवळ्या प्रकाशात येणाऱ्या कोपऱ्याकडे बघत राही आणि दिवा वर उचलून आई म्हणे, ''अरे, पुन्हा

विचार की!''

"आई, काय हुडकतीस?''

"बाळाची किरकिर हुडकते.''

"आई काय हुडकतेस?''

"बाळाची किरकिर हुडकते.''

एवढीच प्रश्नोत्तरे पुन:पुन्हा होत, सांदीकोपरे शोधले जात आणि मग आईचे बाळ किरकिरायचे थांबे!

माजघरातून चौकट ओलांडून आत गेले की, स्वयंपाकघर होते. तिथे शिंक्यावर ठेवलेल्या ज्वारी-बाजरीच्या भाकरीचा सुरेख वासही येई आणि या वासाबरोबर तोंडी लावण्यासाठी असलेल्या दूधदुभत्याचा ओशट वासही असे.

स्वयंपाकघरातल्या त्या भल्यामोठ्या पेटीवर बसण्याबद्दल वडिलांची आम्ही किती बोलणी खावीत?

"का रे, खाली बसलं तर जमीन रुतते काय? ती पेटी आणि उंबरा यांशिवाय घरात बसायला जागाच नाही काय? जर पुन्हा कोणी पेटीवर बसलेलं दिसलं, तर पडेस्तोवर मार देईन!''

पण हा नियम पाळणे फार कठीण जाई. कधी काळी गावच्या येदू सुताराने केलेली ही पेटी खूप मोठी होती आणि दरवाजाप्रमाणेच तिला झाकण लावायचे राहून गेले होते. केवळ एक जाड फळी, हेच तिचे झाकण होते. ती सरकवली आहे, याचे भान न राहून माझा मोठा भाऊ एकदा तिच्यात पडला होता. लोण्याने आणि तुपाने त्याची चड्डी भरून गेलेली होती!

या पेटीमागेही इतिहास होता. आई सांगे :

"बाळांनो, तुमचा आजा मोठा करारी माणूस होता. मी लग्न होऊन या घरी नांदायला आले. घरात दूधदुभतं ठेवण्यासाठी बंदिस्त जागा नव्हती. पण बोलायचं कुणाला? मी आपलं सारं शिंक्यावर ठेवी. एकदा मांजरानं उडी मारली आणि सारं दूध सांडलं. टाकदेखील भांड्यात उरला नाही. बाबा पूजेला बसले होते. थोड्याच वेळानं हाक आली, "दूध दे गं पोरी नैवेद्याला!'' मी धीर करून म्हटलं, "दुभतं ठेवायला पेटी नाही. शिंक्यावर मांजरानं उडी मारली आणि दूध सांडलं. नैवेद्यापुरतंसुद्धा नाही. साखर देते.''

"यावर म्हातारा काही बोलला नाही. मात्र पूजा संपताच अंगावरचे सोवळे तसेच ठेवून स्वारी बाहेर पडली. चावडीसमोर जाऊन आरडाओरडा केला. चार लोक गोळा केले. लाकूड पैदा करून ते सुतार-मेटावर नेऊन टाकलं. फळ्या रंधून होईपर्यंत तुमचा आजा तिथं राहिला आणि संध्याकाळी चार माणसांनी ही पेटी घरी

आणून ठेवली, तेव्हा त्यानं अन्न घेतलं!''

स्वयंपाकघरातच एका बाजूला देवाचा देव्हारा होता. नागाच्या फडीमागे असलेला व्यंकटेश, खंडोबा, महिषासुरमर्दिनी, शंख, शाळिग्राम आणि निरनिराळे चांदीचे टाक अशा देवांनी तो भरलेला असे.

त्यात विशेष असा एक बाळकृष्ण होता आणि त्याचे डोळे विलक्षण होते. तो माझ्या आईशी माणसासारखा बोलत असे. चोरून लोणी खाल्ले की, आई मला हात जोडून उभे करी आणि विचारी, ''कोणी खाल्ले लोणी?''

''मी नाही गं.''

''रांडरा, खोटं सांगतोस? मला ठाऊक आहे, तूच खाल्लंस!''

''कोणी बघितलं?''

''बघितलं माझ्या किन्र्यामामानं आणि सांगितलं मला. त्याला सारं दिसतं. सांग, खाल्लंस ना?''

मोठ्या डोळ्यांचा किन्र्यामामा आईशी बोलतो, ही गोष्ट त्या वेळी खरी वाटत असे आणि माझ्या तोंडून कबुलीजबाब येत असे.

बाहेर मारामारी केली, पाखरांची कोटी विस्कटली की, आईपुढे जाण्याचे मी सहसा टाळीत असे, कारण मी केलेली ही सर्व पापे किन्र्यामामा तिला तपशीलवार सांगत असे!

देवघर म्हटले की, त्या उभट 'संबळी'ची आठवण होणे अपरिहार्य आहे. देव ठेवायची ही गवती टोपली आता क्वचित कुठे आढळेल. माझे आजोबा कसल्याशा तोहमतीत फरारी झाले होते, तेव्हा व्यंकटेशाची मूर्ती या संबळीत घालून त्यांनी सोबत नेली होती. दोनएक वर्षे ते रानमाळांतून हिंडत होते, तेव्हा ही संबळी त्यांच्याबरोबर होती.

स्वयंपाकघरातील माझ्या आवडत्या वस्तूंमध्ये द्रोणासारख्या आकाराच्या वाट्या आणि ताक घेण्यासाठी उपयोगात आणल्या जाणाऱ्या 'दगड्या' प्रमुख होत्या. शिवाय पाण्याच्या प्रचंड हंड्यावरही माझे विशेष प्रेम होते. तांब्या-भांडे घेऊन पाणी पिणे मला मुळीच आवडत नसे. घंगाळात तोंड घालून गाय जशी पाणी पिते, तसे पाणी प्यायल्यावाचून माझी तहानच भागत नसे. धावत-धावत बाहेरून यावे आणि पाण्याने भरलेल्या हंड्याचे झाकण उघडून आतील पाण्याला तोंड लावावे, हा क्रम मी कित्येक दिवस चालू ठेवला होता. त्याबद्दल सर्वांनी सांगून बघितले. थोडाफार मारही दिला. त्याचा परिणाम इतकाच झाला की, मी पाणीही चोरून पिऊ लागलो.

एके दिवशी अशा तऱ्हेने पाणी पिताना माझ्या वडिलांनी मला बघितले. क्वचित रागावणारे आणि त्याहूनही क्वचित मारणारे माझे वडील माझ्या या जनावरासारख्या वागण्याने फार संतापले. तिरीमिरीसरशी दंड धरून त्यांनी मला पुढे ओढले आणि 'विद्रकल्याणी पोरट्याऽ' असे ओरडून आपल्या लांबसडक पायांनी माझ्या कुल्ल्यांवर अशी एक लाथ ठेवून दिली की, त्या बुटक्या स्वयंपाकघराच्या आढ्याला थटून मी खाली पडलो!

स्वयंपाकघरातून मोकळ्या परसात जाण्याचे जे दार होते, ते इतके मोडके होते की, दार लावण्याचा हेतू त्यामुळे मुळीच सफल होत नसे. फार पूर्वी एकदा गावात भटके रोहिले राहायला आले. या जमातीला तेव्हा लोक फार भीत. माझ्या घरातील सर्व बायका-माणसे आणि पोरे पार भिऊन गोळा झाली. चहूंकडची सर्व दारे बंद करण्यात आली, तेव्हा या मोडक्या दाराला माझ्या आईने जात्याच्या पाळ्या, पाटे, वरवंटे असे जड सामान लावून ठेवले. कल्पना ही की, त्यामुळे रोहिल्यांना दार उघडता येणार नाही. असा सर्वपरीने बंदोबस्त झाल्यावर सगळे भिऊन सांदाडीत बसले आणि घरात एकटेच असलेले 'पुरुषमाणूस' बाजीनाना एकटे चौकात उभे राहिले. रोहिले आले. गाजरासारखे लाल आणि अंगाने भले दांडगे रोहिले अंगणात आले. बाजीनानांपुढे उभे राहून म्हणाले, "रोटी-दाल दो."

तेव्हा आयुष्यात प्रथमच बाजीनाना हिंदी बोलले. हातवारे करून आपल्या बारीक आवाजात ओरडले, "रोटी-बिटी कुछ नाही, तुम जाव!"

मागल्या परसात डाव्या बाजूच्या अर्धवट बांधलेल्या भिंतीला लागून खाऱ्या पाण्याचा आड होता. त्याचे पाणी शेंदून काढावे लागे. या आडाच्या फटींतूनही चिमण्यांची वसाहत होती. कधी गफलतीने त्या पाण्यात पडत. पाण्याला वास येऊ लागला की, चिमणीला झालेला अपघात आम्हाला कळून येई. नाना प्रयत्नांनी ती मेलेली चिमणी काढली जाई. आठ-पंधरा दिवस पाटलाच्या आडाचे पाणी आणावे लागे.

या चिमण्यांच्या नादाने कधीकधी सापही पाण्यात उडी घेत. घरात एकच धमाल उडे. पुरुषमाणूस कोणी नसले, म्हणजे माझी आई दोराला बांधून बोराटीचा फांजर आत सोडी. बापडा साप त्या आधारावर पट्कन चढून येई. आई त्याला शेंदून सावकाशपणे वर घेई. मग आम्ही पोरे दगडाधोंड्यांनी त्याचा चेंदामेंदा करीत असू.

परसाला पाठभिंतीऐवजी नुसता खिळगा होता. त्यापुढे उकिरडा होता. आईच्या सांगण्याप्रमाणे पूर्वी त्या जागी आड होता आणि ताईआईचे देवस्थान होते. हा आड नीट बांधलेला नव्हता. तो सारखा ढासळे आणि त्या ताईआईला आमचा कधी

नैवेद्य-नारळ चुकला की, घरात काही वावगे घडे. असे फार होऊ लागले, तेव्हा एके दिवशी संतापून माझ्या आजोबांनी ती ताईआई उचलून आडात टाकली आणि आड बुजवून उकिरडा केला. त्यानंतर पुष्कळ दिवस घरातील एखादी वस्तू सापडेनाशी झाली की आई म्हणे, नेली ताईआईने! मग त्या उकिरड्याला नारळ दिला जाई. चार-दोन दिवसांत डाव्या-उजव्या हाताने ठेवलेली ती वस्तू सापडे.

मागच्या या खिळग्यावर बसले की, रस्त्याने जाणारी-येणारी माणसे दिसत. विशेष म्हणजे, बाजूला असलेले दरवेश्याचे बिऱ्हाड आणि त्याचे झुलते अस्वल दिसे. त्याच्या हालचाली बघण्यात वेळ छान जाई आणि त्याच्या थोडे अलीकडे असलेल्या मोठ्या बाभळीच्या आडापाशी रामा तेल्याचा घाणा चाले. झापड लावलेला म्हातारा बैल फिरत राही. भक्कम बांध्याचा रामा तेली दगडावर बसून त्याच्याबरोबर फिरे आणि पांढऱ्याशुभ्र करडईचे पिवळेधमक तेल घाण्यात साचत जाई.

रामाला कुठे जाऊन यायचे झाले, म्हणजे हात वर करून तो हाळी देई, ''या कुलकर्णी, या घाण्यावर बसायला!''

खिळग्यावरून उडी घेऊन मी धावत जाई. हातात चाबूक घेऊन दगडावर बसे. करडई रगडता-रगडता लाकडी लाटेने सावकाशपणे गायलेले गाणे ऐकता-ऐकता मला सुरेख गुंगी येई!

असा एक घाणा आपल्यालाही असावा आणि रामा तेल्याप्रमाणे त्याच्यावर रोज काम करावे, अशी त्या काळी माझी महत्त्वाकांक्षा होती.

नोकरीच्या गावी जाण्याची वेळ येई, तेव्हा मला फार वाईट वाटे. माझे हे घर, हे गाव सोडून कोठे दुसरीकडे वर्षानुवर्षे राहायचे, ही कल्पनाच मला रडू आणी. मागे राहणाऱ्या आजीपाशी राहण्याचा मी हट्ट घेऊन बसे; पण त्याला आईची तयारी नसे. कारण आजी वेडी होती. खरेतर ते तिला वेडी का म्हणत असत, हे मला कोडे होते. ती सगळे घरकाम व्यवस्थित करी. स्वयंपाकपाणी नीट करी. सारे काम आटोपल्यावर घरातल्या एखाद्या कोपऱ्यात बसून भाजी निवडता-निवडता काही निरर्थक बडबड करण्यापलीकडे तिच्या वेडाचा काहीच उपद्रव होत असलेला मला स्मरत नाही. आम्ही वर्ष-दोन वर्षे परगावी असलो तरी ती एकटी घरात राही. कशी राही, याचे आता मला नवल वाटते. गावाहून परत आलो की, मी तिच्या कुशीत शिरत असे. रात्री तिच्यापाशी झोपत असे. माझ्या प्रश्नांना उत्तरे देता-देता तिची ती निरर्थक बडबड चालूच असे.

ही माझी वेडी आजी वारली, तेव्हा घराला कुलूप लावून आम्ही परगावी जाऊ लागलो. नवा सोपा, जुना सोपा मोकळा राहू लागला. मोकाट जनावरे त्यात आसरा

घेऊ लागली. उखणून पोपडे निघू लागले. मग नव्या सोप्यात एक आणि जुन्या सोप्यात एक अशा दोन ओबडधोबड खोल्या पाडण्यात आल्या. नव्या सोप्यातल्या खोलीत रंडकी बायजा माळेगावकरीण आपल्या पोराबाळांना घेऊन कित्येक वर्षे राहत होती. सारवून-सुरवून ती घर स्वच्छ ठेवी. रात्री दिवा लावी. यापलीकडे भाडेकरूकडून काही नाण्याच्या स्वरूपात मिळू शकते, ही कल्पना त्या काळी नव्हती.

या बाईनंतर एक परगावचा शिंपी आणि एक गावचाच वाणी अशी दोन बिऱ्हाडे अनेक वर्षे आपापला धंदा चालवून तिथे राहत होती.

वर्ष-दोन वर्षे माजघराची किल्ली जपून ठेवणे पोराबाळांच्या घरात जमत नसे. काही वेळा ती हरवून जाई आणि बिऱ्हाडासहित आम्ही गावी परत येत असू, तेव्हा दार उघडायचे कसे, हा मोठाच प्रश्न पडे. अनेक प्रयत्नांनंतर म्हाताऱ्या बाबा सोनाराला बोलवावे लागे. चश्मा घातलेला तो कसबी आणि गमत्या सोनार जवळच्या हत्यारांनी ते कुलूप अशा हिकमतीने काढी की, दार तर उघडावे आणि कुलूप मात्र पुन्हा उपयोगात यावे. वाहवा!

बाळपण संपले. चांगले कळू लागले. नोकरी करण्यासाठी, शिक्षणासाठी सगळे जण कुठे कुठे फुटले, तरी या वेड्यावाकड्या घराविषयीचे प्रेम कमी झाले नाही. वर्षातून एकदा आम्ही सारी भावंडे गावी एकत्र जमत असू. पसारा एवढा झालेला असे की, एवढे घरही गजबजून जाई. मग चांदण्या रात्री अंगणात लिंबाचा गार वारा घेत सर्वांनी बसावे, वडिलांनी रसाळ गोष्टी सांगाव्यात, सकाळी नव्या सोप्यात न्याहारी करीत बाळपण आठवावे, दुपारी बाजीनानांनी वाढविलेल्या लिंबावरच्या साळुंक्यांचे मंजूळ बोलणे ऐकत डुलकी घ्यावी, संध्याकाळी दिवस कलल्यावर माळवदावर चढून मावळतीचे झगमगते रंग पाहावेत.

ती सांदाडी बालपणी होती, तशीच पुढेही होती. जिज्ञासा आणि भीती गेली, तरीही त्या काळच्या आठवणींमुळे ती प्रिय वाटे. पूर्वी मला मोठा वाटणारा सोपा आमची उंची वाढल्यामुळे आता बुटका वाटे. तरी तुळयांवरून त्या काळी खडूने लिहिलेली ती वचने वाचून कशा गुदगुल्या होत. आम्हा तिघाही भावंडांची अक्षरे तिथे होती. 'अहिंसा परमो धर्मः', 'सत्यमेव जयते', 'यदा यदाहि धर्मस्य' हा गीतेतील सगळा श्लोक असे कितीतरी बोधवाङ्मय आम्ही तिथे श्रद्धेने उतरून ठेवले होते.

रात्री अजूनही आई करुणाष्टके म्हणत जुन्या सोप्यात बसे. ती अंथरुणात पडल्या-पडल्या ऐकली की, 'रघुपति मति माझी आपलीशी करावी' असे म्हणत आपणही तिच्या शेजारी बसावे, असे वाटे.

पहाटे उठून वडील जेव्हा 'उठा उठा हो सकळीक' अशी भूपाळी म्हणत, तेव्हा अंथरुणात पडण्याची लाज वाटून अंगण साफ करण्याचा हुरूप येई. तो सकाळचा सडा, ती जात्यावरची गाणी, ते पहाटेचे शेकणे या गोष्टींना काही आगळेच सौंदर्य येई.

त्या घरात असणे म्हणजे बाळपणात फिरून असणे, प्रत्येक वस्तूवर पडलेल्या आजोबांच्या छायेविषयी भीतियुक्त आदर बाळगणे, बाजीनानांचे पांढरे केस पाहणे, वेड्या आजीच्या कुशीत झोपणे!

मध्यंतरी एकदा वडील म्हणाले, "व्यंकटेशा, गड्या, एक फुलझाड आणून परसात लावलं पाहिजे. तरवडा-कण्हेरीशिवाय फूल नाही आपल्या गावाला!"

गोष्ट खरी होती. आम्हाला कधी उणे वाटले नाही, तरी तसे आमचे गाव रूक्षच होते. बारा महिने झुळझुळत वाहणारा ओढा, गर्द झाडी, फळाफुलांच्या बागा, डोंगर असले निसर्गाचे वैभव तिथे नाहीच.

मग मी तालुक्याच्या गावाहून एक तांबड्या जास्वंदीची आणि एक प्राजक्ताची अशा दोन कांड्या मिळवून त्या परसदारी प्रयत्नपूर्वक पुरल्या. ती फुलझाडे जगावीत म्हणून माझ्या वडिलांनी कोण श्रम घेतले. कशी बाळ-उत्सुकता दाखविली! तरीही प्राजक्त जळले आणि जास्वंदी वाचली. आमच्या उत्सुकतेच्या मानाने तिची वाढ फारच सावकाश होती; पण तिला हिरवी पाने फुटली आणि मी गाव सोडले.

पुढे दर वर्षी जाई, तेव्हा प्रथम जास्वंदी केवढी झाली, हे बघण्यासाठी मी परसदारी धाव घेई. मग मागून वडीलही येत आणि म्हणत, "बघ, कशी झकास फुललीये! तू गेलास, तरी मी तिची आबाळ नाही केली. देवापुरती फुलं देते आता."

जास्वंदीचा तो हिरवा विस्तार बघून माझे काळीज कसे सुपासारखे होई.

शेवटचे पाहिले, तेव्हा ते झाड केवढे जोमाने वाढलेले दिसले. जागोजागी तांबडी भडक फुले उमलली होती. रंगीबेरंगी फुलपाखरे त्याच्याभोवती उडत होती. डहाळ्यांवरून चिमण्या नाचत होत्या आणि सदा गारव्याला हपापलेली, माझ्याबरोबर रानोमाळ भटकलेली माझी पश्मी कुत्री अंगाचे वेटोळे करून त्याच्या बुंध्याशी बसली होती.

त्यानंतर एका वर्षानेच गांधीवधाच्या दंगलीत मी पुण्याहून तिकडे गेलो, तेव्हा आमचे ते जुने घर पार जळून गेले होते. राखेचे ढीग पडले होते. खाली कोसळलेल्या तुळया अजून धुमसत होत्या. आगीने तडकलेल्या भिंती भकासपणे उभ्या होत्या. आजोबांची आठवण सांगणाऱ्या सगळ्या वस्तू जळून राख झाल्या होत्या आणि मी लावलेली, वडिलांनी वाढविलेली ती डेरेदार जास्वंदी करपून कोळ झाली होती.

बधिर अंतःकरणाने हे बघत मी कितीतरी वेळ उभा राहिलो.

■

। दोन ।

आमचा पाव

आमच्या घराच्या दरवाजात उभे राहिले की, समोर थोडेसे अंगण आहे. या अंगणापलीकडे आडवा रस्ता आहे. रस्त्याला लागूनच एक कासाराचे आणि एक नसल्याचे अशी दोन घरे आहेत. या दोन घरांच्या मधल्या बोळकांडीतून पाहिले की, पाव दिसतो. नऊ एकरांची ही काळी-तांबडी धांदोटी आहे.

या जमिनीला पाव हे नाव का पडले असावे? खरेतर हा प्रश्न यापूर्वी कधी मनामध्ये उभाच राहिला नाही. आपल्या गावचे नाव माडगुळेच का, हे जसे कधी मनामध्ये आले नाही, तसेच हेही. आज असे वाटते की, कदाचित कधी काळी हा एक सलग नंबर असेल आणि वाटण्यांमध्ये आमच्या वाटणीला त्यातला पाव हिस्सा आला असेल, म्हणून हा पाव! पण आमचे एक पंधरकी नावाचे रान आहे; ते काही पंधरा एकर नाही; आहे बारा एकरच. ते कसेही असो; नाव कसे पडले, का पडले, हा भाग सोडा. आमचा एक पाव आहे, हे खरे!

मला कळू लागल्यापासून आजतागायत या पावातले अनेक फेरफार मी बघितले आहेत. जसे मी तात्यांना, बिटाकाकांना बघितले आहे, जशी आमच्या जुन्या घराची आठवण मला आहे, तसेच या पावाबाबातही आहे.

माझ्या लहानपणी पाव हे जिराईत रान होते. माझे वडील सांगत की, त्यांच्या वडिलांच्या कारकिर्दीत पाव फार पिकत असे. वीस-वीस मण ज्वारी होई; पण मला कळते असे की, कधी पाव असा पिकला नाही. आपला जेमतेम पिके. हा दोष रानाचा का

पावसाचा, हे सांगणे अवघड आहे. कारण म्हातारी मंडळी म्हणतात, हल्ली पाप वाढले, त्याने पाऊस गेला. आम्ही म्हणतो, पावाचा आता कस गेला. तो थकिस्त झाला. पावात पिकलेले हे जेमतेमही आमच्या तोंडात पडत नसे. कारण आम्ही नोकरीच्या गावी हिंडत असू. पाव कुणालातरी खंडाने लावलेला असे. बरीच वर्षे तो एका वाण्याकडे होता, असे मला आठवते. खंडाचे पंधरा की अठरा रुपये दर वर्षी मनीऑर्डरने येत. आईने पातळे मागितली किंवा आम्ही कुणी कोट मागितला की, वडील नेहमी या खंडाचा वायदा करीत. कधीमधी आम्ही गावी राहण्यासाठी येत असू. माझी मोठी भावंडे आणि वडील नोकरीच्या गावीच असत. आई, मी आणि एखादे लहान भावंडं एवढीच गावी येत असू. दरवाजासमोर गाडी सुटली आणि धुराळ्याने भरून मी खाली उतरलो. एकवार जुने घर धुंडून पाहिले की, त्यानंतर जर मला काही पाहावे वाटत असेल, तर ते पाव! दिवस मावळता जर गाडी गावात शिरली; कुलूप काढून, पाणी आणून, झाडून-लोटून होईपर्यंत काही खाऊन होईपर्यंत रात्र झाली, तर माझा नाइलाजच होई. कंदील घेऊन पावात जाण्याचीसुद्धा माझी तयारी असे; पण तसे मला कोणी करू देत नसे. मी अगदी उत्सुक होई. केव्हा एकदा उजाडते आणि पावात जातो, असे मला होऊन जाई. अंथरुणात पडल्या-पडल्याच मी आईला विचारी, ''आई, आता पावात काय असेल गं?''

प्रवासाच्या शिणामुळे आई कावलेली असे. घरातला केरकचरा, घुशींनी काढलेले उकीर आवरता-आवरता तिच्या डोळ्यांवर झोप आलेली असे. ती म्हणे, ''असतील ढेकळं! फाल्गुनात काय असणार रे?''

ढेकळे असली काय किंवा पिके असली काय, माझ्या दृष्टीने यात फरक नव्हता; पाव बघणे, हा भाग महत्त्वाचा! मग त्यात ढेकळे असोत किंवा ज्वारी-बाजरीचे पीक असो. पिकांखेरीज असला, तरी पाव काही मला खुडूक कोंबडीसारखा निरुपयोगी वाटत नसे. त्यातील काळी माती, तांबडी माती, बाभळी-नेपतीची झुडपे, हिंगण-मिटक्याचे बुटके झाड, रुई ही सगळी मंडळी मला पाहावीशी वाटत. त्यांच्यात काय फरक पडला आहे, त्यांना काही लेकरेबाळे झाली आहेत का, त्यांच्यापैकी जागेवर कोण आहे आणि कोण दिसत नाही हे सगळे मला जाणून घ्यायचे असे.

गावाकडून वर आडव्या एकरात एक आपट्याचे झाड एकटेच उभे होते. मला कळत असल्यापासून ते तसेच तिथे खंबीरपणे उभे होते. जसे आमचे तात्या वर्षानुवर्षे, एकाकी, पण खंबीरपणे उभे आहेत; तसेच! त्याच्या पांढऱ्या खोडावर फांद्यांचा फार विस्तार नव्हता. टाळ्या वाजविणारी पानेही भरगच्च नव्हती. त्यामुळे

त्याची सावली फार थोडी पडे, पण उजाड पावात तेवढ्या सावलीचीही कदर केली जाई. रखख उन्हाच्या वेळी त्याच्या त्या अपुऱ्या सावलीत माणसे बसत, सुस्तीचे उसासे सोडत जनावरे बसत आणि त्याच्या त्या अपुऱ्या पर्णसंभारात कधी पांढऱ्या कवड्याचे जोडपे, तर कधी एकाकी घारही येऊन बसे. पावात उभे पीक असले, तरी आपट्याखाली ते नसे. माणसे व गुरे बसून बसून तिथली जागा टणक झालेली असे.

दुपारचा असा मी काळे रान तुडवीत त्या आपट्याखाली जाई, तेव्हा तिथे कोणी नसले, तरी खोदलेल्या सहा गदी दिसत; गोळा केलेले लहान खडे दिसत. गुरे रानात लावून पोरे इथे 'गायपाणी' खेळत बसली होती, हे कळे. गड्यांपैकी जो कोणी हरला असेल, ज्याच्यावर 'कंडा' आला असेल, त्याने गुरे वळली असतील आणि बाकी निवान्तपणे खेळत बसली असतील, असे वाटे.

या जुन्या आपट्याखाली येऊन मी जागा साफसूफ करीत असे आणि मुळीला उसे देऊन पानांकडे बघत-बघत झोपत असे. कडक ऊन असे, आसपास कुणीही नसे; पण आपट्याखाली मला करमत असे.

पावात अधेमध्येच अशा काही रुई होत्या. मारुतीच्या गळ्यात माळ घालण्यासाठी त्यांची पाने वरचेवर खुडली जात. गावाशेजारीच असल्यामुळे ती अगदी हाताशी असत. पावाच्या कडेला न्हाव्याचे, लव्हाराचे दुकान होते; परटाचेही होते. यांपैकी काही मंडळींना चिलीम वळण्यासाठी रुईचे पान लागे. घरातून उठून चार पावले आले की, तेही त्यांना मिळे. त्यामुळे या रुई वारंवार खुडल्या जात; पण लोकांनी खुडले म्हणून त्या काही संपत नसत. जाड आणि हिरवीगार पाने घेऊन त्या बारा महिने तेरा काळ पावात नांदत. त्यांच्या बोंडांशी माझे काम असे. ही कोयरीच्या आकाराची बोंडे वाळून उलगडत आणि त्यांच्यातून शुभ्र, रुपेरी म्हाताऱ्या हलकेच बाहेर येत. पऱ्या तरंगाव्यात, तशा त्या वाऱ्यावर तरंगत. थोडा वारा सुटला की, कोयरीबाहेर पडण्याची यांची धांदल होई. त्या शेकड्यांनी भराभरा बाहेर पडत. पावाची काळी जमीन खाली, वर निळे-निळे आकाश आणि मध्येच तरंगणाऱ्या रेशमी म्हाताऱ्या! त्यांना धरण्यासाठी मी आभाळाकडे बघत, हात पसरीत साऱ्या पावातून धावे.

दोन्ही बांधांच्या कडेला नेपतीची झुडुपे होती. त्यांच्या पोटात कधी गोड मधाचे पोळे असे, तर कधी मुनियांचे गवती घर असे. माणकासारख्या रंगाच्या लहान फुलांचे झुबकेच्या झुबके लहडलेले असत. या फुलांचीच पुढे बोरांएवढी हिरवी फळे होत. ती तोडून आईपाशी दिली की, ती त्याचे आंबट-गोड लोणचे घाली. काही दिवसांनी ही हिरवी फळे पिकून तांबडीलाल होत; मधासारख्या रसाने भरत. ती खात

मी हिंडत असे. पावसाळ्यापूर्वी या नेपतीचे फनगाडे काळे पडत. त्यांच्यावर कोश लटकत. पावसाळा सुरू झाला रे झाला की, पिवळ्या रंगाची पाखरे त्यातून बाहेर पडत आणि बांधाकडे असलेल्या तरवडांवर उमटलेली पिवळी फुलेच हवेतून उडताहेत, असे वाटे.

जिराईत रान असले, तरी पावात काही बाभळी बळेच उगवत, पण शेरडेराखी पोरे त्यांना वाढू देत नसत. थोडासा फोकारा दिसला की, लगेच त्यांची कुऱ्हाड त्यावर पडे. विटीदांडूसाठी, भोवऱ्यासाठी पोरे बाभळीचे पोर तोडत. अगोदर जिराईत रानात बाभळ जोपणे हे कठीण! त्यात बाभळीच्या लाकडाची गरज फार! त्यामुळे दर वर्षी मला एखादे लहान झुडूप कुठेतरी दिसे आणि दोन वर्षांनी परत बघावे, तर समूळ नाहीसे झालेले असे. शेरडेराख्या पोरांच्या धाकाने पावात बाभळीने कधी जोर धरलाच नाही.

धन्याच्या माघारी खंडाने लावलेल्या जमिनीची जी आबाळ होते, ती पावाचीही होत असे. चार-चार, पाच-पाच वर्षांत तिला कधी नांगरट मिळत नसे. कुळवाची पाळी घालायची आणि पेरून टाकायचे, असे होई. त्यामुळे पावात कुंदाचे आणि हरळीचे ढुंबे जागोजागी दिसत. गावाशेजारी असल्यामुळे शेरडे, गुरे यांची वर्दळ नेहमी असे. गाढवी सोनारांची, बेलदारांची, डोंबाऱ्यांची पाले गावात पडली की, त्यांची कळाव बांधलेली गाढवे आणि घोडे पावातच धडपडत. शिवाय गावातल्या भटक्या कुत्र्यांचेही ते रोज खेळण्याचे मैदान होते. सकाळी पाच-पंचवीस कुत्री तिथे जमा होत आणि झोंब्या, कुस्त्या, भांडणे यांना ऊत येई. याशिवाय सरड, फरड, घोरपडी आणि उंदीर यांचेही वास्तव्य पावात होते. कुठल्याही रानात ते असते; पण माणसांची वर्दळ जास्त नसल्यामुळे पावात विशेष होते. त्यामुळे रानात जरी पीक नसले, तरी पाव जिवंत, हलता असा नेहमीच वाटे; निदान मला तरी वाटे!

आता ओठावर मनगटासारख्या मिशा आणि आढ्याला लागावे अशी उंची असलेली रामोश्याची पोरे – नामज्या, गुईंदा, ईश्वरा – तेव्हा लहान-लहान पोरे होती. एक रंग सोडला, तर त्यांच्या-माझ्यात काही फरक नव्हता. त्यांना बरोबर घेऊन मी जेव्हा शिकारीसाठी बाहेर पडत असे, तेव्हा पाव हेच आमचे जंगल असे. सरड, फरड आणि काळे विंचू हीच आमची श्वापदे असत. हातात टिकारणी आणि धोंडे घेऊन पावाची नऊ एकर जमीन आम्ही पद्धतशीरपणे चाळत असू. या रान चाळण्यात काही नाही तरी चार-सहा सरडे हे निश्चित बळी पडत. मग बेंदराच्या निमित्ताने शिकारीला गेलेले गावकरी मारलेली शिकार जशी काठ्यांना बांधून वाजत-

गाजत गावात घेऊन येत, तशी आम्हीही ही शिकार गावात आणीत असू. गावकरी आपली शिकार घरोघरी पोचती करीत. रवा-रवा मांस सर्वांकडे जाई. ब्राह्मण मंडळींकडेसुद्धा! आता ते त्याला न शिवता 'पोचले' म्हणून पावती देत आणि तो वाटा रामोश्याकडे जाई, हा भाग वेगळा; परंतु शिकार जाई घरोघर! तशी काही सोय आमच्या शिकारीत नसे. रामोश्यांची कुत्रीदेखील त्याला तोंड लावीत नसत. तरीपण आम्ही काही मांजरे शोधून त्यांना वाटा पोचता करीत असू. मारलेल्या शिकारीचे मुंडके वेशीत पुरायचे, अशी गावकऱ्यांची पद्धत होती. आम्हीही आमच्या शिकारीची मुंडकी वेशीत पुरीत असू. अमुक एका वारी सरडा मारून पुरला आणि अमुक एका वारी उकरून पाहिले की, धन मिळते, अशी कल्पना काही काळ मनात होती; परंतु बऱ्याच वेळा पदरात काही पडले नाही, तेव्हा तो नाद आम्ही सोडून दिला.

याशिवाय अकबऱ्या आणि अब्दुल्ल्या ही मोमिनाची पोरे घेऊन मी पावात हिंडे आणि होला, चिमण्या यांची अंडी गोळा करी. मोमिनाची काही मोठी मुले अंडीवाल्यांचा धंदा करीत. म्हणजे असे की, शेतकऱ्यांच्या जवळची अंडी चवली-पावलीला विकत घेऊन ती ते करंड्या भरून मुंबईला पाठवीत. पावातली अंडी जमविण्यामागे मला, माझ्या मुसलमान मित्रांना इथून प्रेरणा मिळालेली असे. असे करून आम्ही पावातले पुष्कळसे पक्षी कमी केले, ही जाणीव होऊन पुढे वाईट वाटे; परंतु त्या काळी हा व्यापार आम्ही मोठ्या प्रमाणात करीत असू.

पहिले पाऊस होऊन गेले की, पावाच्या उजाड जमिनीत हिरवळ फुटे. हरळी, कुरडू, नागरमोथा अशा तऱ्हेची वनस्पती तिथे दिसू लागे. शेंदण्या, कडू इंद्रावणे, कडवंची यांचे वेल फुटू लागत. करडईसारखी दिसणारी पात्र्याची अनाहूत भाजी आणि काटे धरण्याअगोदर भाजीला योग्य असा सराटा माजू लागे. या सुमारास साऱ्या पावभर मी हिंडे आणि खिसाभर कडवंच्या, तर कधी ओटाभर पात्रा खुडून घरी आणी.

कडवंच्या हा प्रकार थोडाफार कारल्यासारखा असतो. आकाराने फार लहान, एवढेच; पण तव्यात केलेली त्याची भाजी फार फक्कड लागे. सराटा आणि पात्रा ह्याही भाज्या चवीच्या बाबतीत कुठल्याही पालेभाजीची बरोबरी करतील. फक्त त्या न लावता रानात उगवतात, म्हणून त्यांची किंमत नसते. जे विपुल असते, आयासाशिवाय वाढते; त्याला किंमत नसते, हे खरेच!

या भाज्या घेऊन मी घरी आलो म्हणजे बिटाकाका नेहमी म्हणे, "लेका, रामोश्यांच्या पोरांत हिंडून बरा गुण घेतलास. म्हारापोरांची ही भाजी तूच खुडून आणतोस!"

आईसुद्धा ही भाजी करायला नेहमी नाखूश असे. मी फारच भुणभुण लावली, तर कडवंच्या तव्यात परतीत असे; पण मग माझ्याखेरीज कोणी त्या कालवणाला हात लावीत नसे. सगळे संपविण्याची जबाबदारी माझ्यावर. त्यामुळे पुष्कळ वेळा मी अगदी रडकुंडीला येई. टाकावी तरी पंचाईत!

आई म्हणे, ''एवढं तिखटमीठ घातलं आहे, ते काय वाया दवडायचं का? खा ती सगळी भाजी!''

मग पुष्कळदा मी असली भाजी आणून ती आमच्या वाड्यात राहणाऱ्या सुंद्रा माळेगावकरणीला देत असे. तिला त्याचे मोल होते. शिवाय तिच्याकडे जेवताना मला सगळी भाजी खाण्याची सक्ती होत नसे. हवी तेवढी खाऊन मी उठू शकत असे. त्यामुळे पावातली भाजी खुडण्याचा माझा मोह सुटला नाही आणि म्हणून इतर कोणी फिरकत नसे, अशा वेळी पावातले माझे हिंडणेही सुटले नाही.

पावातल्या वनस्पती आठवताना मला कितीतरी नावे आठवतात. जाड हिरव्या पानांचे लहान, पिवळसर फुले येणारे दगडीच्या पाल्याचे झाड पावात विपुल होते. माझ्या भिवईवर झालेली जखम हा दगडीचा पाला भरून बरी झाली आहे. काडेचिराईत ही वनस्पतीही पावात होती. आमच्या घरात कुणीही तापाने आजारी पडले की, काडेचिराइताचा कडू काढा त्याला घ्यावा लागे. गंधवेल-चांदवेल ही वनस्पतीही वर्षातून कधीमधी उपयोगी पडे. जनावरांना साप चावला म्हणजे गंधवेल-चांदवेलीच्या पानांचा रस त्याला पाजीत असत. जनावरांच्या दुसऱ्याही कित्येक रोगांना ही औषधी उपयोगी पडे. ॲस्प्रोप्रमाणे जनावरांच्या बाबतीत शेतकरी ती उपयोगात आणीत. याशिवाय काळमाशीचा गड्डा, आणखी एक प्रकारचा मोठा गड्डाही पावात मिळत असे. यांचे उपयोग कोणत्या आजारावर करीत, हे मला आता आठवत नाही.

याशिवाय औषधी उपयोगी नसलेल्याही काही वनस्पती होत्या. लहान फुग्यांप्रमाणे दिसणारी फुले येणाऱ्या 'उन्हाळ्या' पावात बारा महिने दिसत. आतील बी वाळल्यावर 'उन्हाळी'चा फुगा खुळखुळ्यासारखा वाजे. याशिवाय 'इचका'ही फार होता. इचक्याला मारणे कठीण असते. उपटून कुठंही टाकला, तरीही तो पडल्याजागी जीव धरतो. या त्याच्या चिवटपणामुळे गावातील टग्यांची उपमा त्याला नेहमी मिळे. 'गावात टग्या आणि रानात इचका, तुडवून मारावा तेव्हा मरतो' अशी म्हण आहे. इचका उपटल्यावर तो इकडे-तिकडे न टाकता पायवाटेवर टाकतात, म्हणजे जाणाऱ्या-येणाऱ्या गुरा-माणसांच्या पायांखाली तुडवला जाऊन तो मरतो. ज्वारीला खाणारा टाळफुलाही पावात पुष्कळ होता.

या सगळ्याच वनस्पतींचे काही विशिष्ट वास होते. ते मला सांगता येणार

नाहीत; पण हे वास पावापासून दूर केले, तर पाव हा पाव राहणार नाही.

'रोहिणी' पडल्यावर पावात लागवड होई. लवकरच बाजरी-ज्वारीचे पीक गुडघ्या-मांड्यांपर्यंत येई. करडई, भुईमूग, तीळ असली गळिताची धान्ये; हरभरा, चवळी, मूग असली कडधान्ये उगवत. ती घाट्याला, शेंगेला येईपर्यंत वास्तविक रानात पोरांना जाण्याचे कारण नसे; परंतु मी जात असे. ज्वारीच्या पानांवर साखर पडे, ती ओरबाडून खाण्याकडे माझे लक्ष असे. खरेतर ही साखर म्हणजे एक प्रकारचा रोग असतो म्हणे; परंतु या रोगाची माझ्या जिभेवर साखर होई! आणि या गोष्टीला इतकी वर्षं झाली, तरी अद्याप मी धडधाकट आहे; तेव्हा त्या रोगाचा काही परिणाम माझ्यावर झाला आहे, असेही कुणाला म्हणता येणार नाही. मुगाला शेंगा आल्या, हरभऱ्याला घाटे धरले, म्हणजे तर पावातून पायच निघत नसे. खरेतर तेव्हा पाव खंडाने दिल्यामुळे त्याची मालकी दुसऱ्याकडे होती; परंतु हे माझ्या हिशेबीही नसे.

एकदा तर मी कवळाभर भुईमुगाचे वेल उपटून ते आपट्याच्या झाडाखाली रामेश्यांच्या पोरांसह खातो आहे, हे बघून त्या वाण्याने माझ्या कानसुलात भडकावली आणि सगळे वेल आपल्या ताब्यात घेऊन मला पावाबाहेर हाकलून लावले.

या प्रसंगानंतर माझ्या वडिलांनी खंडाने पाव देणे बंद केले आणि बटईची पद्धत सुरू केली.

पुढे वडिलांची नोकरी संपली आणि आम्ही गावात येऊन राहू लागलो. वर्षाकाठी बटईचे धान्य येई. शेंगांच्या दिवसांत शेंगा, हुरड्याच्या दिवसांत हुरडा खाण्यासाठी मी पावात हक्काने जाऊ लागलो. दर वर्षी बटईचे धान्य घरी आले की, त्या सूपभर धान्याकडे बघून वडील माझ्या भावाला म्हणत, "भालूपंत गड्या, पाव घरी केला पाहिजे. बटईचे हे एवढे धान्य कुणाच्या नाकाला लावायचे?"

"ते खरं दादा, पण आपल्यांत उसाभर करणार कोण?"

"का? आम्ही आता दुसरं काय करायचं?"

"तुम्हाला ते कसं निभणार? रानाच्या खस्ता थोड्या आहेत का?"

"एकदा खस्ता खायच्या म्हटलं म्हणजे माणूस खातो. तुम्ही पुढच्या वर्षी आपली वाण्याला नोटीस द्या. पाव घरी करू."

हे बोलणे दर पाडव्याअगोदर होई आणि पुन्हा पेरणी झाली की, वाण्याचीच टिप्पण पावात जाई.

असे काही वर्षे घडले आणि मग एकदा सर्वांचा विचार एक होऊन पाव घरी

राहिला. शेतकामाला एक गडी ठेवून आम्ही जमीन घरीच कसू लागलो. याचा उपयोग इतकाच झाला की, सूपभर धान्य येत होते, ते चार सुपे झाले.

अहो, दुष्काळी मुलखातल्या जिराईत रानात येऊन-येऊन किती येणार? प्रत्येक वर्षी धान्य कमी आले ही ओरड. बागाईत नसल्यामुळे कांदा, मुळा असल्या माळव्याची पडणारी वाण, गावातील इतर सगळ्या कुलकर्ण्यांना आहे आणि आपल्यालाच बागाईत नाही, ही उणीव – या गोष्टी उत्तरोत्तर फार डाचू लागल्या आणि माझे वडील पुन्हा म्हणू लागले, ''पावात एक डबरं पाडलं पाहिजे.''

डबरे पाडण्याची कल्पना सर्वांनाच आवडे.

''पण पाणी आहे का दादा?''

''ओघळीच्या अलीकडं पाणी आहे.''

''कशावरून?''

''आपला अंदाज! जमिनीच्या पोटात शिरून कोणी पाहत नाही, परंतु आडाख्यानं समजतं.''

मग माझी आईही या बोलण्यात सामील होई. पूर्वीची आठवण येऊन ती म्हणे, ''मागं एकवार बाबांनी आड घेऊन बघितला होता, पण पाणी काही लागलं नाही. त्यावर पुन्हा कधी त्यांनी प्रयत्न केला नाही.''

माझे आजोबा हा फार खटपटी माणूस होता. त्याने पावाची जमीन जिराईत का राहू दिली, हे कोडे होते. आईच्या या आठवणीने ते थोडेसे सुटे.

वडील म्हणत, ''हो, आड घेऊन पाहिला होता खरा; पण तो आपट्याच्या पूर्वेस खोल जागा आहे ना, तिथं. आपण ओघळीच्या थोडं अलीकडे पाहायचं!''

''किती बरं खर्च येईल?''

दादा विचारी चेहरा करून उत्तर देत, ''तरी पाचशेएक रुपये सोडावे लागतील. तेवढे एकदा सोडले की, मग मात्र खुशाल बसून खावं!''

आणि बसून खाण्याच्या केवळ कल्पनेनेच दादांचा चेहरा समाधानी दिसू लागे.

आई पुन्हा विचारी, ''पाचशे लागतील का?''

हा आकडा जास्त वाटून हे लोक विहीर करण्याचा नादच सोडून देतील, असे वाटून दादा लगबगीने सावरून घेत, ''हा आपला माझा अंदाज. खरंतर आपले रामोशी शंभर रुपयांस एक पुरुष या भावानं कंत्राट घेतात. मला नाही वाटत, तिथं पाणी लांब असेल. अहो, अडीच ते तीन पुरुष खांदा की, लागलंच पाणी!''

यावर भालबा म्हणत, ''म्हणजे तीनशे रुपये उभे केले पाहिजेत.''

साहजिकच त्यांच्या या म्हणण्यावरून पैसे उभे करणे किती कठीण आहे, ते कळत असे.

आई म्हणे, ''कर बाबा तेवढे. बागाईत रान असल्याशिवाय काही खरं नाही.''

आणि मग बागाईत रान असले म्हणजे कसे फायदे होतात, ते ती पटवून देत असे.

तिचे बोलणे ऐकून आमच्या डोळ्यांपुढे एक नवे नंदनवनच उभे राही. केवळ तीनशे रुपये खर्च केले, तर आपण अगदी वैभवाच्या शिखरावर जाऊन पोहोचू, अशी आमची खात्री होत असे.

प्रत्येक वर्षातून काही वेळा हा संवाद होई. बजेटे आखली जात, कंत्राटे घेणाऱ्या रामोश्यांशी बोलणी होत, चार-सहा जाणती माणसे बरोबर घेऊन विहीर जिथे पाडायची, त्या जागेची पाहणीही होई. विसारादाखल रामोश्यांच्या हातावर रुपाया ठेवला जाई. इतके सगळे होणे हे काही तसे अवघड नव्हते; अवघड होती पुढचीच गोष्ट आणि तिथेच तर नेमके घोडे पेंड खाई. तीनशे रुपये उभे करणे काही जमत नसे. डबरे पाडण्याचा विचार दर वर्षी पुढेच ढकलला जात असे.

अशी काही वर्षे गेली आणि पुढे एका वर्षी सरकारी तगाई मिळाली. पावात विहीर सुरू झाली. सुरू झाली म्हणजे खांदत सुरू झाली. मग मात्र माझ्या जोडीने दादाही पावात राहू लागले. जेवणा-खाण्यापुरतेच आम्ही घराकडे जात असू. एरवी रामोश्यांच्या टिकावा चाललेल्या असत आणि रखख उन्हात तळत आम्ही दोघे बाप-लेक डबऱ्याच्या काठाशी बसलेले असू.

खांदणीसाठी होते त्या गड्यांत एक यल्लाप्पा महार होता. त्याला काही आम्ही उन्हात बसणे बरे वाटत नसे. एखाद्या वेळी असा संवाद होई –

"दादा, अजी छत्रीफित्री तरी घिऊन यावं. ऊन मायंदाळ लागतंया."

"मग तू बरा छत्री न घेता खांदतो आहेस?"

यावर यल्लाप्पा टिकाव खाली टेकवून ताठ उभी राही आणि वर तोंड करून हसे.

"काय तरी बोलनं तुमचं! छत्री घिऊन कुनी कंदी पिरतीमीत खांदलं असतं का?"

"काय हरकत आहे? ऊन लागतं तर छत्री घ्यावी."

"चेष्टा ऱ्हाऊ द्या, पर खरंच उन्हात नगा बसू. तुमास्नी नाही सोसायचं."

"बघू, कसं सोसत नाही ते!"

शेवटी यल्लाप्पाने आपल्या मनानेच व्हंडीच्या काही पेंड्या जमविल्या आणि डबऱ्याच्या काठाशी एक लहानशीच कोप तयार केली. या लहानशा कोपेत बसून आम्ही काम बघत असू. पिण्याच्या पाण्याची एक कासंडी घरूनच आणलेली असे. दादांनी तंबाखूची पिशवी आणलेली असे. दिवस मावळावयास जाईपर्यंत आम्ही त्या

कोपेत असू. मग लोक डबऱ्यातून वर येत, घाम पुसत आणि टिकाव, फावडी घेऊन उघड्या अंगानेच गावाकडे चालू लागत. त्यांच्या मागोमाग पाण्याची मोकळी कासंडी डोक्यावर घेऊन मी आणि धोतराचा खोचा घालून दादा परत फिरत असू.

वाटली तेवढी विहिरीची खांदत सरळ नव्हती, हे पुढे ध्यानात आले. दुसऱ्या पुरुषापासून काळा पाषाण लागला. सुरुंग लावावे लागले. कधी दारूसाठी, तर कधी वातीसाठी काम अडून राहू लागले. फार वेळ लागला, पाषाण फोड-फोड फोडला, तरी पाण्याचा जिवंत झरा लागला नाही.

आणि विहिरीचे काम पुरे होण्याअगोदरच दादा मरून गेले!

मध्यंतरी माझा आणि पावाचा संबंध जवळजवळ तीन वर्षे आला नाही. विहिरीला पाणी लागले की नाही, हेही मला कळले नाही. ती आशा नाहीशीच झाली होती. पावातले डबरे हे एक धान्य साठविण्यासाठी उपयोगात येईल असे पेव होईल, यापेक्षा त्याचा जास्त काही उपयोग होणार नाही, असे ठरूनच गेले होते.

परंतु तीनएक वर्षांच्या कालावधीनंतर मी जेव्हा पुन्हा पावात उभा राहिलो, तेव्हा खरोखरीच आमच्या कल्पनेतले नंदनवन तेथे साकार झालेले मला दिसले.

विहिरीच्या जवळ पाच खणांची एक सुरेख झोपडी तयार झाली होती. झोपडीला लागून छोटीशी बाग होती. पांढऱ्या, गुलाबी रंगाचे गुलाब फुलले होते. मांडवावर चढलेली जाई फुलांनी गजबजलेली होती. बटमोगरा, जास्वंदी, रातराणी, मधुमालती, कण्हेर, निशिगंध असली या गावात सर्वस्वी विलायती अशी फुलझाडे तिथे बघून मला स्वप्नात असल्यासारखे वाटू लागले; पण हे स्वप्न नव्हते, हे सत्यच होते. झोपडीच्या पुढे घेरदार अशी गुलमोहोराची तरणी झाडे होती. विहिरीच्या काठावर, धावेवरही तशी होती. गावापासून विहिरीपर्यंत जोमात आलेला जोंधळा दिसत होता. तऱ्हेतऱ्हेच्या भाज्या होत्या. विहिरीपासून पुढे हिरवीगार खपली होती. पेरूची, चिकूची झाडे होती. पावाचे रूपच पालटून गेले होते!

हातात तांब्या घेतल्यावाचून कोणी पावाकडे फिरकायचे नाही, तिथे आता लोकांची वर्दळ होती. लोक येऊन अंगणात टाकलेल्या वेताच्या खुर्च्यांवर मजेने बसत होते. आतल्या बैठकीवर गादी-तक्क्याला टेकून पान-तंबाखू खात मजेत होते. घर सोडून तात्यांनी आपला मुक्काम पावातच टाकला होता. आयुष्याच्या अखेरीस ते वडिलार्जित रानात येऊन राहिले होते.

संध्याकाळी पावात कंदील लागत होता. झोपडीसमोर दावणीला बांधलेले पुष्ट बैल हिरवे गवत खाऊन तृप्तीचे सुस्कारे सोडीत होते. रात्रभर कुत्रे जागता पहारा देत

होते. गडी-माणसे झोपत होती. वैरणीच्या गंजी, धान्याची पोती इथे-तिथे दिसत होती. पावात लक्ष्मीच आली होती.

मी तात्यांना म्हटले, ''तात्या, अहो विहिरीला पाणी नाही काय म्हणता? हे काय पाण्याशिवाय झालं आहे? यापेक्षा आणखी काय असायचं?''

तात्या समाधानाने विडी ओढीत म्हणाले, ''पाणी आहे; पण थोडकं. विहीर सुकाळी म्हणायची. उन्हाळ्यात एवढं पाणी पुरणार नाही.''

पण ईश्वरकृपेवरून पुढील तीन साले सुकाळच राहिला आणि पाव चांगला भरभराटीला आला. ती गुलमोहोराची झाडे चांगली मोठी झाली आणि तांबड्याभडक मोहराने फुलून जाऊ लागली. लोक सांगू लागले, ''मास्तर, तुमचा पत्रा (म्हणजे वर पत्रा असलेली इमारत) लांबनं वळखू येते. ही गुलालावानी असल्याली झाडं तर पार बलवडीच्या टेकापासनं दिसत्यात.''

उसासारखे अपूर्वाईचे पीक पावात आले. काही पेरावे, ते विलक्षण जोमाने येऊ लागले. तात्या कौतुकाने म्हणू लागले, ''च्या मारी, या पावात माणूस पेरलं, तरी उगवेल हां!''

पावातल्या विहिरीत पारव्यांची जोडपी येऊन राहिली. हलके-हलके त्यांना लेकरेबाळे झाली. ती उमदी पाखरे झोपडीसमोरच्या अंगणात प्रियाराधन करीत. सकाळच्या वेळी त्यांच्या घुमण्याचा आवाज विहिरीतून वर येई. रामोश्यांच्या पोरांचा या पाखरांवर फार डोळा होता. त्याचे एक वेगळे, चांगले कोरड्यास होणार होते; पण रात्रीच्या वेळी विहिरीवर जाळे टाकून ते पारवे पकडण्याची त्यांची काही हिंमत होत नव्हती.

मी जाताच त्यांच्यापैकी एक जणाने म्हटले, ''बया आनलीय का मालक?''

'बया' म्हणजे दु-नळी बंदूक.

मी म्हणालो, ''आणली आहे. का? काही शिकार आहे का?''

तेव्हा तो विहिरीकडे हात फेकून म्हणाला, ''मोठी काय न्हाई खरं; पर आपल्या हिरीत पारवं हायेत, त्येंच्याकडं बघा की!''

मी मान हलवून गंभीरपणे म्हटले, ''ती पाखरं मारायची नाहीत. आपल्या घरी आलेले ते पाहुणे आहेत.''

यावर तो फार चरकला; पण बोलताना बोलला, ''गोष्ट खरी हाय मालक!''

पिकाच्या नादानं आता नाना तऱ्हेची पाखरे पावात येत होती. चिमण्या, साळुंक्या, लाव्हऱ्या, चित्तूर, पकुर्ड्या आणि कांड्या करकोच्या येत होते. या पाखरांच्या आवाजाने रान कसे भरून जाई.

आणखी एक 'पोरेचाळवणी' नावाचे पाखरू असते. रानात ते तुरतुरत असले की, माणूस जवळ येईपर्यंत उठत नाही, असे वाटते. याचे काही दुखवले आहे किंवा अद्याप हे पोर आहे, त्यामुळे हे उडू शकत नाही, ही भावना इतकी दृढ होते की, पोरे हात पसरून त्याला धरू पाहतात आणि मग मात्र ते पाखरू तुरतुरत जरासे दूर जाते. उडत नाही, फक्त जरा दूर जाते. पोरे पुन्हा मागे लागतात. परत पहिलाच प्रकार होतो. हे ठाऊक असूनही त्या पाखरामागे लागण्याचा वेडा विचार मी करीत असे.

माणसाच्या आयुष्यात जसे चढ-उतार असतात, तसे जमिनीच्याही असतात का? माणसाच्या आयुष्यात दहाएक वर्षांचा काळ भरभराटीचा असतो. जे काही कमावले जाते, ते या काळातच, असे म्हणतात. पावाच्या बाबतीतही असे झाले आहे.

पाव भरभराटीत होता, याच काळात आम्ही दुसरी एक नऊ एकर जमीन घेतली. हीही जमीन काळी करंद होती; पण तिच्यातही विहीर नव्हती. देवाचे नाव घेऊन तिथेही आम्ही कुदळ मारली आणि आश्चर्याची गोष्ट ही की, लगेच पाणी लागले. सुरेख, गोड पाणी लागले. जमिनीच्या पोटातून उन्मळून येणाऱ्या या पाण्याचा जोर इतका होता की, अडीच पुरुषानंतर खांदत बंद करावी लागली. ही विहीर पावातल्या विहिरीपेक्षा दुप्पट-तिप्पट मोठी होती. जिवंत पाणी लागल्यामुळे हुरूप येऊन आम्ही खूप पैसा खर्च केला आणि ती झकास बांधून काढली. लोक म्हणू लागले, ''इतकं चांगलं भांडं पाच-पंचवीस खेड्यांत नाही.''

आणि मग दुसरी बायको केल्यावर पहिलीची जशी हयगय होते, तशी पावाच्या जमिनीची हयगय सुरू झाली. तिच्यात पाणी नाही, ही गोष्ट वरचेवर उच्चारली जाऊ लागली. खपली, ऊस असली पिके पावाऐवजी नव्या मळ्यात होऊ लागली. पावात जिराईत रानाप्रमाणे केवळ जोंधळाच पेरला जाऊ लागला. हलके-हलके बैलांची वस्ती नव्या मळ्यात होऊ लागली. गुरेढोरे तिथेच राहू लागली. गडीमाणसे तिथेच रमू लागली. मोटेचे दोन सरंजाम ठेवण्यापेक्षा हाच तिकडे हलवावा, असा विचार होऊन मोट, नाडा, सोंदूर, चाकही पावातून हलविले गेले. विहीर बोडकी दिसू लागली. हंगामातून फक्त दोन वेळाच पावात मोट चालू लागली. रानाची शोभा असे 'माळवे' ते पावात मुळीच होईनासे झाले. वस्ती उठल्यामुळे माणसेही दिसेनाशी झाली. नव्या मळ्याचे लाड सुरू झाले. वांझोटी आणि लेकुरवाळी यांमध्ये फरक केला जावा तसा फरक केला जाऊ लागला. ठेवणीची वस्त्रे, ठेवणीचे दागिने तिला केले. एवढेच नव्हे, तर पहिलीच्या अंगावरचे उतरून दुसरीच्या अंगावर चढविले गेले. हयगयीमुळे दुर्लक्षिली गेल्यामुळे एक वाळू लागली आणि तितकीच दुसरी बहरू लागली. धड जिराईत नाही, बागाईत नाही; असली काही चमत्कारिक

कळा पावाला आली. उन्हाळ्यात सगळे भकास दिसू लागले. विहिरीतले रांजणभर पाणी शेवाळ्याने हिरवेगार झाले. बेडक्या मरू लागल्या आणि पारवे खिन्नपणे हुंकारू लागले.

फक्त आमचे म्हातारे तात्या मात्र या वडिलार्जित जमिनीतून हलले नाहीत. एकाकी अशा या पावाला तात्या सोबत देऊ लागले. नवा मळा त्यांनी कधी मुद्दाम जाऊन पाहिला नाही. पावातली झोपडी सोडली नाही. अजूनही ते अवघड पायऱ्या उतरून विहिरीत अंघोळ करीत होते. घराकडून आलेले जेवण झोपडीत बसून खात होते. दिवसभर इकडचे धोंडे तिकडे टाक, तिकडची माती इकडे टाक, असले काम करीत होते. रात्री दिवा लावीत होते आणि हरिपाठ म्हणत होते.

भरीस भर म्हणून पुढे पावसाने ओळीने दोन वर्षे ओढ दिली आणि सगळे वाळवणच झाले! गुलाबाची, मोगऱ्याची झाडे वाळून गेली. चिकूचे, पेरूचे खराटे झाले. काही काही राहिले नाही.

परवा तात्या इकडे आले आणि त्यांनी सांगितले, ''गेल्या पावसात वारा शिरला आणि झोपडीचा अख्खा पत्रा उडून गेला. आता नुसत्या तीन भिंती राहिल्यात. बैल बांधून मुळ्या हलल्या का काय, कोण जाणे, पण तो झोपडीपुढचा मोठा गुलमोहोर वठून गेलाय. काही राहिलं नाही पावात!''

मला आता पावात जायला नको वाटतं!

। तीन ।

पाणी

माझ्या बालपणी माझ्या वडिलांची बदली एका गलिच्छ गावी झाली. दक्षिण महाराष्ट्रातील एका दरिद्री संस्थानातील हे गाव फार दरिद्री होते. तिथली बहुतेक घरे ओबडधोबड बांधणीची, अंधारी आणि ओल असलेली होती. रस्ते वेडेवाकडे आणि दगड-फुफाट्याने भरलेले होते; आणि त्या गावाला आकार कसा तो नव्हताच. कचऱ्याचा ढीग पडावा तशी ती घरे कुठेतरी पडली होती, इतकेच. त्या जुनाट घरांच्या शेवाळल्या भिंती जागोजागी ढासळल्या होत्या. जागा मिळेल तिथे निवडुंगाचे फड वाढले होते. सांडपाण्याची गटारे उघडी वाहत होती आणि अशा कुरूप गावात लोक राहत होते. रोजचे व्यवहार उरकीत होते. आपले गाव घाणेरडे आहे याची जाणीव त्या बापड्यांना नव्हती. आपापल्या परीने ते त्या गावावर खूश होते.

हे सगळे माझ्या आईने सहन केले असते; पण बायकांच्या दृष्टीने भयंकर म्हणजे त्या गावात पाणी नव्हते. तिथे विहिरी नव्हत्या. आड नव्हते. फक्त गावापासून दूरवर ओढा होता. गावातील पुरुषांचे दिवसातील महत्त्वाचे काम पाणी भरणे हे होते. सकाळ झाली की, मोठमोठ्या आकाराच्या लोखंडी घागरी खांद्यावर घेऊन लोक ओढ्यावर जात. झऱ्याशी पाळी लावीत आणि दहा-बारा खेपा घालून दिवसाचे पाणी भरून टाकीत. या दुर्दैवी गावातील रहिवाशांचा बराच वेळ आणि बरीच शक्ती केवळ पाणी भरण्यात खर्च होत असे. सकाळ, दुपार, संध्याकाळ, रात्र – जेव्हा संधी मिळेल तेव्हा ते पाणी भरीत. धुणी धूत, अंघोळी करीत, भांडी घाशीत.

माझ्या आईला हे फार कठीण वाटले. फार त्रासदायक वाटले. सुदैवाने आम्हाला राहण्यासाठी जे घर मिळाले होते, ते ओढ्यापासून थोडेफार जवळच होते; तरीपण तिथून घरापर्यंत जड घागरी वाहून आणणे सोपे नव्हते. बायकांना ते भारीच होते; पण माझ्या वडिलांना पाणी भरणे शक्य नव्हते. त्यांना दम्याचा विकार होता. दम्याने पोखरलेल्या त्यांच्या देहाला पाण्याच्या घागरी वाहणे अगदीच अशक्य होते. शिवाय सकाळी लवकर उठून ते कचेरीत जात. दुपारी अगदीच जेवणापुरते घरी येत आणि पुन्हा परत जात, ते संध्याकाळी उशिरा माघारी येत. त्यामुळे माझ्या आईलाच पाणी भरणे आवश्यक होते. माझे वडील जरी चांगले सशक्त असते, तरीसुद्धा असले काम तिने त्यांना करू दिले नसते, हे वेगळे.

आम्ही सारी भावंडे लहान होतो. फारच लहान होतो. वडील कचेरीत गेले की, घराला बाहेरून कडी घालून आई पाण्याला जाई. तेव्हा बहुधा आम्ही झोपलेले असू. क्वचित आमच्यापैकी कुणीतरी जागे होई आणि मग बंद दाराशी बसून आम्ही सर्व जण रडून गोंधळ करीत असू. मला थोडेफार कळत होते. स्वत: रडत-रडत मी माझ्या तान्ह्या भावंडाला समजावी. घरात एकच कल्लोळ होई. आसपास शेजार नव्हता. त्यामुळे कोणी येत-जात नसे. पुष्कळ वेळा तास-दोन तास असे रडून दाराशेजारीच, एकमेकांच्या गळ्यात गळे घालून आम्ही झोपी जात असू.

धुणे-पाणी आटोपून जेव्हा आई माघारी येई, तेव्हा दार उघडताच मांजराच्या पिलांप्रमाणे झोपलेली आपली पोरे तिला दिसत. ती रडून-रडून झोपी गेली आहेत, हे ती उमगून घेई आणि मग माझी आई फार कळवळे. आम्हाला जवळ घेऊन एकटीच रडत बसे.

होय, मला ते सारे नीट आठवते. भिंतीला लोणा चढलेल्या त्या अंधाऱ्या घरात आम्हाला पोटाशी धरून डोळे गाळणारी आई मला तश्शी डोळ्यांसमोर दिसते. कधीकधी तिची अर्धशिशी उठे. इंगळीने नांगी मारीत राहावे, तशा वेदना होत. तरीही विव्हळत, वरचेवर एक भिवई चिमटीने दाबत ती पाण्याच्या जड घागरी वाहत राही. घरात चुलीतल्या लाकडांचा धूर कोंदलेला असे. ओलीमुळे कुबटलेल्या अंथरुणात-पांघरुणात मी घुसमटून पडे आणि धडधडत्या छातीने बाहेरून लावलेली कडी केव्हा उघडते, त्याची वाट बघत राही. जसजसा दिवस डोक्यावर येई, तसतशा आईच्या वेदना वाढत. तशा स्थितीत तिला काही करणे अशक्य होई आणि मग पाणी भरणे टाकून ती जमिनीवर पडून विव्हळत राही, लोळत राही. ते मला बघवत नसे. तिच्या तोंडाशी तोंड नेऊन मी 'आईऽऽ आई!' करून हाका मारीत राही. भीतीने मला रडू येई आणि मग माझी मला पोटाशी घेऊन ती म्हणे, "अरे, मला काही झालं नाही. मी मरत नाही. कुणीतरी ठार मारल्याशिवाय मी अशी मरणार नाही!"

खरोखरीच तशा वाईट स्थितीतही माझी आई चांगली मजबूत होती. टिकाव धरून होती. आई-बापाघरी कमावलेले तिचे शरीर सारखे झगडत राहिले होते. गरिबीतही तिने आपला स्वाभिमान जागा ठेवला होता. धीर खचू दिला नव्हता. खरोखरीच ती फार धीराची बाई होती.

माझ्या वडिलांचे सारे या विरुद्ध होते. ते शरीराने फार दुबळे होते आणि मनाने फार मवाळ होते. वाळल्या पाचोळ्यावर पाय न देणारे होते. भिडस्त होते. हे सारे माझ्या आईला न पटणारे होते, न आवडणारे होते; पण तिने कधी वडिलांचा राग केला नाही. त्यांच्याविषयी अनादर दाखविला नाही. तशा दुबळ्या माणसाबरोबर तिने संसारगाडा ओढला.

पण हे खरे की, वडिलांच्या मवाळ स्वभावाची आईला चीड येई. त्यांनी कणखरपणे वागावे, भिडेपोटी कोणाकडूनही ते चेपले जाऊ नयेत, असे तिचे म्हणणे होते; पण वडिलांना ते कधी पटले नाही. ते म्हणत, ''गरिबाला स्वाभिमान परवडत नाही आणि माझा स्वभावच असा आहे, त्याला काय करतीस!''

रोज सकाळी उठून वडील कचेरीत जात. ते इतक्या लवकर का जातात, ते आईला कळत नसे. विचारले, तर 'कामे पडली आहेत, ती उरकण्यासाठी जातो' असे सांगत. आईला खरे वाटे आणि लवकर उठून ती अंघोळीचे पाणी तापवी. चहा करी. वडील निघून जात आणि दाराला बाहेरून कडी-कुलूप लावून आई धुण्या-पाण्याला निघून जाई.

असा कार्यक्रम कित्येक दिवस चालू होता.

एके दिवशी तोंडाला तोंड दिसत नव्हते अशा वेळी घागर घेऊन आई पाण्याच्या ओढ्यावर गेली. आसपास माणूस-काणूस नव्हते. झऱ्याशी गेली आणि बघते, तो माझे वडील अंगरख्याच्या बाह्या सारून झऱ्यावर घागरीत पाणी भरीत होते!

माझी आई आश्चर्याने थक्क झाली. तिने विचारले, ''पाणी कुणासाठी नेता?''

वडील शांतपणे म्हणाले, ''मामलेदारासाठी.''

त्यांच्या या उत्तराने आईला काय वाटले! तिला मेल्याहून मेल्यासारखे झाले. रोज सकाळी उठून आपला नवरा कचेरीत कुठल्या कामासाठी जातो, हे कळताच तिला मेल्याहून मेल्यासारखे झाले. ती भडकून उठली. त्या मामलेदाराला तिने लाखोली वाहिली. कधी नव्हे ती माझ्या वडिलांना टाकून बोलली. मामलेदाराघरी पाणी वाहून पोट जाळण्यापेक्षा उपाशी मेलेले बरे, असेही बोलली आणि संतापाने फणफणत घरी आली.

तिच्या हिशेबी हा फार मोठा अपमान होता. बारनिशी कारकून म्हणून सरकारकडून

पगार मिळणाऱ्या आपल्या नवऱ्याला मामलेदारांनी घरकामाला का जुंपावे? आणि त्यांनी तरी निमूटपणे ते का करावे? दिवसभर ती रागाने चडफडत होती. काय करावे आणि काय करू नये, असे तिला होऊन गेले होते. या अपमानाचा सूड कशा तऱ्हेने घ्यावा, हे तिला कळेनासे झाले होते. त्या मनस्तापाने तिची अर्धशिशी उठली. चूल न पेटविता, स्वयंपाकपाणी न करता ती जमिनीवर पडून राहिली.

दुपारी माझे वडील घरी आले. काहीही न बोलता चूल पेटविली. तांदूळ उकडले. आपण खाल्ले, मुलांना खाऊ घातले आणि पुन्हा ते निघून गेले. कोट-रुमाल चढवून कचेरीकडे गेले. आईशी न बोलता, तिची चौकशी न करता शांतपणे ते निघून गेले.

संध्याकाळ होईपर्यंत आई तशीच पडून राहिली. वर्मी घाव लागलेल्या जखमी माणसाने राहावे, तशी पडून राहिली. मग उठली.

माझ्या हाताला धरून म्हणाली, "चल, आपण बाहेर जाऊ!"

तिच्या चेहऱ्यावरून तिने काही तरी करायचे ठरविले असावे, असे मला वाटले. असेही वाटले की, ही आता त्या मामलेदाराला जाऊन बोलणार!

भीत-भीत मी विचारले, "कुठं जायचं?"

"जाऊ देवाला, शंकराला!"

ओचे-पदर खोचून आणि एका भांड्यात मूठभर तांदूळ घेऊन आई निघाली. तिचे बोट धरून मीही निघालो.

देवळाच्या गाभाऱ्यात जाऊन आम्ही दर्शन घेतले आणि बाहेर बसून राहिलो. आईचे डोळे सारखे कुणाला तरी शोधीत होते.

बराच वेळ झाला, तेव्हा मी म्हणालो, "आई, जाऊ या ना घरी!"

"नाही, थांब थोडा!"

गावातील बायका येत होत्या, जात होत्या. काही वेळाने पट्टेवाल्यासहित मामलेदाराची बायको आली. झकपक पोशाख करून आली. बायकांची गर्दी बाजूला झाली. गाभाऱ्यात जाण्यासाठी मामलेदारीण तोऱ्याने आली. तिला बघताच माझी आई बसल्या जागेवरून उठली आणि त्वेषाने पुढे झाली. मामलेदारणीचा सोन्याच्या पाटल्या घातलेला हात तिने घट्ट धरला आणि दुसऱ्या हाताने तिच्या गालावर सणसणीत चपराक दिली!

मामलेदारीण कळवळली. माझ्या आईचा हात किती लागत होता, हे मला ठाऊक होते.

मग माझी आई गरजली, "जा, तुझ्या नवऱ्याला सांग की, तुम्ही ज्या कारकुनाला पाणी भरायला लावलंत, त्याच्या बायकोनं माझ्या थोबाडीत दिली आणि

ध्यानात घे, पुन्हा जर कधी माझा नवरा पाणी भरताना मला दिसला, तर तुझा जीव घेईन, फाडून खाईन तुला! गरिबालाही मान असतो, अब्रू असते. अधिकाराच्या तोऱ्यात जाऊ नकोस. या जगात रावाचा रंक आणि रंकाचा राव व्हायला उशीर लागत नाही. जा!''

आणि आश्चर्याने थक्क झालेली, वेदनेने गाल चोळणारी मामलेदारीण आणि भयभीत होऊन त्या प्रकाराकडे बघणाऱ्या इतर बायका यांना सोडून माझी आई माझा हात धरून देवळाबाहेर पडली. संतापाने ती अजूनही थरथरत होती.

बराच वेळ काही न बोलता मी तिचे बोट धरून चाललो होतो. घराशेजारी येताच मला धीर आला आणि मी विचारले, ''आई, खरंच मामलेदारणीचा जीव घेशील?''

''घेईन, मी तिला ठार मारीन!''

''पण खून करणाऱ्या माणसाला फाशी देतात.''

''मी फाशी जाईन. असा अपमान सोसून जगण्यापेक्षा मी मरेन!''

घरी येताच मी आईच्या गळ्याला मिठी मारली आणि म्हटले, ''तू मरू नकोस. मग आम्हाला आई कुठली?''

यावर माझ्या आईने मला जवळ घेतले आणि डोळ्यांतून पाणी काढून ती म्हणाली, ''नाही रे बाळा, मला मरून कसं भागेल?''

। चार ।

शाळा

आमच्या गावच्या अगदी मध्य भागात चार ठिकाणे आहेत – मारुतीचे देऊळ, त्याच्या समोरचा भला मोठा चौकोनी पार, त्याच्या थोडी एका बाजूला पाच आखणी चावडी आणि चावडीच्या निम्म्या भागात पडवी घालून काढलेली अडीच आखणी शाळा. ही चार ठिकाणे त्रिकोणात आहेत आणि मध्ये फुफाट्याने भरलेले पटांगण आहे.

गावचे सगळे सामुदायिक जीवन इथे वाढले आहे. सणासुदीला, सणा-समारंभाला, न्यायनिवाड्याला सगळे गाव इथे गोळा होते. ही चार ठिकाणे आपापल्या परीने वेगळी आहेत आणि तरीही एकाच इमारतीच्या या चार बाजू आहेत.

गावची पोरे शिक्षण संपवून बाहेर पडली की, शेतकामाला लागतात. शाळेशी असलेला त्यांचा संबंध तुटतो; पण रोज संध्याकाळी रानातून परत आल्यावर त्यांचा पाय घरात फार वेळ राहत नाही. ऊन-ऊन भाकरी खाऊन ती चटक्याने बाहेर पडतात आणि पारावर पाय सोडून बसतात. पुढे काही वर्षांनी वय वाढले, पोक्तपणा आला की, पोराठोरासारखे पायावर पाय टाकून सोडून बसणे टाकून ती चावडीच्या जोत्या-पायऱ्यांवर बसतात. आणखी काही वर्षे गेली, वय उताराला लागले म्हणजे खटल्या-खोकल्याचे बोलत चावडीत बसण्यापेक्षा मारुतीच्या देवळातल्या खांबाला पाठ देऊन निवान्त बसणे त्यांना जास्ती बरे वाटते.

पण हे सगळे कसोशीने पाळले जाते, असे मात्र मुळीच नाही. इकडची मंडळी तिकडे आणि तिकडची मंडळी इकडे, असे चाललेलेच असते. पोरे पारावरही उनाडतात, देवळातही

हुंदडतात आणि चावडीतसुद्धा शिरतात. पोक्त माणसे उन्हाच्या वेळेला देवळात जाऊन गाढ झोपतात. अगदीच करमेनासे झाले म्हणजे म्हातारी माणसे घटकाभर शाळेतही येऊन बसतात.

घरात नसलेल्या माणसाला या 'चार ठिकाणी'च पाहिले जाते आणि एखादी गोष्ट चार ठिकाणी होते, तीही इथेच.

मला पाचवे संपून सहावे लागताच एके दिवशी दादांनी माझे नाव या शाळेत घातले. अडीच आखणाची धाब्याची शाळा आतून चुन्याने रंगविली होती. दारे, खिडक्या, खांब डांबराने काळे केले होते. चारही भिंतींवर ठिकठिकाणी जाड पुष्टिपत्रांवर अडकविलेली जनावरांची रंगीत चित्रे होती. सशांची जोडी, घोडा आणि लहान शिंगरू, हत्ती, उंट या चित्रांबरोबरच पंचम जॉर्ज बादशहा आणि त्याची गोरीपान राणी यांच्या छातीइतक्याच काढलेल्या तसबिरीही होत्या. पगडीवर मोत्यांचा तुरा आणि मांडीवर आडवी ठेवलेली तलवार असा आमच्या राजेसाहेबांचा फोटोही होता. या तीन तसबिरी मास्तरांच्या डोक्यावर लावलेल्या होत्या. बाकी प्राण्यांची चित्रे उरलेल्या भिंतींवर होती. राजेसाहेबांच्या तसबिरीला नकली हार घातलेला होता. राजा-राणीच्या तसबिरीला काही घातले नव्हते.

चारही दिशांची छापील नावे भिंतींना अडकविलेली होती. ईशान्य, नैर्ऋत्य या दिशा मात्र दाखविलेल्या नव्हत्या. त्यामुळे त्या मला अजूनही सांगता येत नाहीत. औंध संस्थानचा आणि हिंदुस्थानचा नकाशा, भटजीतला 'भ' आणि अननसातील 'अ' असे लिहिलेल्या वर्णमालेचा तक्ता, सूर्यनमस्कारांचा सचित्र तक्ता आणि बालवीराने पाळावयाचे नियम असल्या वस्तूंनी भिंती चांगल्या सुशोभित केल्या होत्या. चिलटांना बसण्यासाठी आढ्याला शेराचा डहाळा टांगलेला होता; पण चिलटे त्याच्यावर न बसता मुलांच्या नाकांवरच बसत.

शाळेत घड्याळ नव्हते; पण शाळा सकाळी वेळेवर भरत असे, सुटत असे. दुपारी पुन्हा भरत असे आणि संध्याकाळी वेळेवर सुटतही असे. आमच्या मास्तरांना वेळ बरोबर कळे. आम्हा मुलांना कळत नसे. त्यामुळे गैरसोय होई. बरे, घंटा ऐकून जावे म्हटले, तर घंटासुद्धा कुणातरी मुलालाच लवकर जाऊन द्यावी लागे. त्यामुळे सकाळी उठल्या-उठल्या मुले पाटी-दप्तर घेऊन शाळेकडे पळत. बंद दाराकडे पाठ करून पायऱ्यांवर बसून राहत.

मग मास्तर किल्ली घेऊन येत. मास्तरांचे सगळे नाव आज आठवत नाही, कारण ते सोनार मास्तर याच नावाने ओळखले जात. मास्तर गावचेच होते. गावातच ते प्रथम मास्तर झाले आणि पेन्शन होईपर्यंत त्यांची बदली अशी झालीच नाही. सोनार मास्तर खादीची उंच टोपी घालीत. गळ्याजवळचे शर्टाचे बटण नेहमी

लावीत आणि टोपण असलेली पेन्सिलही त्यांच्या खिशाला नेहमी लावलेली असे. मास्तरांना तालमीचा नाद नव्हता, तरी त्यांचे धोतर तांबूस दिसे.

कुलूप काढून मास्तर शाळा उघडीत, तेव्हा घंटा देण्यासाठी उंच मुलांची धक्काबुक्की होई. मास्तर उंच आवाजात ओरडून दम भरीत आणि कुणातरी एका मुलाला घंटा द्यायला सांगत. शेणाने सारविलेल्या शाळेत केर फार झालेला असे. तो काढण्यासाठी मुलांची धक्काबुक्की कधीच होत नसे. बहुतेक वेळा हे काम महाराच्या लखूकडे जाई. माझ्याकडे ते कधी आल्याचे मला आठवत नाही. पंधरा दिवसांतून एकदा शाळा सारवली जाई. हे कामही महारांच्या मुलांकडे असे. शेणपाणी आणायला आम्ही हौसेने मदत करीत असू. या कामासाठी मास्तरांना मासिक सादिल मिळत असावा; पण तो ते खातात, अशी तक्रार कधी कोणी करीत नसे.

शाळा झाडून झाली की, प्रार्थनेला सुरुवात होई. सात दिवसांच्या सात वेगवेगळ्या प्रार्थना होत्या. मंगळवारी 'मंगलदिनी तो आजि उदेला' अशी प्रार्थना होई. सोमवारी 'वंदन त्या ईशा करू या', तर शनिवारी हेच वंदन 'प्रभुपदा करू या' असे असे.

काही मुले बसण्यासाठी पोत्यांची बस्करे आणीत. महाराचा लखू, उसन्या आणि होलाराचा संकऱ्या आणीत नसत. त्यांचे कपडे फाटके, मळके असत आणि महाराची (तेव्हा हरिजन म्हणत नसत) ही मुले आमच्यापासून वेगळी, दाराजवळ बसत. मास्तर इतर मुलांना बहुधा लांब छडीने मारत. महारांच्या मुलांशी शिवाशीव झाली, तर मला घरी जाऊन अंघोळ करावी लागे. कधीकधी मी शिवाशीव झाल्याचे घरी सांगत नसे; पण ते नेमके कळे आणि मग मला एकुलता एक सदरा धुवावा लागे. चड्डी मी बरेच दिवस घालीत नव्हतो.

आमच्या गावी मराठी चौथीपर्यंत शाळा होती, पण आम्ही काही मुले 'एलफंडी'त होतो. (हा वर्ग हल्ली नामशेष झाला आहे.) माझी चुलत आत्या विमल चौथीत होती. ती टेबलाच्या पायाजवळ वेगळी बसत असे. महाराचा लखू आणि पाटलाचा तुळशीराम तिला 'अहो-जाहो' म्हणत. मलाही म्हणत. आम्ही मात्र मास्तर सोडून सर्वांना 'अरे-का रे' म्हणत असू. वरच्या वर्गातील मुले फडक्याचे चारी कोपरे दुमडून बांधलेली दप्तरे घेऊन शाळेत येत. विमल आणि न्हाव्याचा शंकर लहान ब्यागा आणत. मी बहुतेक वेळा काहीही आणत नसे. कधीकधी पाटी नेत असे. दप्तराला किंवा पाटीला पाय लागल्यावर बहुतेक मुले विद्येला लाथ लागली म्हणून नमस्कार करीत; मोमिनाचा अकबऱ्यासुद्धा; पण देवाचा भंडारा किंवा गुलाल तो कपाळाऐवजी गळ्याला लावीत असे.

तेव्हा आम्ही मास्तरांना मास्तरच म्हणत असू. गुरुजी हे अगदीच अलीकडे

आले. मुले हजर किंवा गैरहजर राहत. कोणी आले नसले म्हणजे हजेरी मांडणाऱ्या मास्तरांनी त्याचे नाव पुकारताच एकदम दोन-तीन मुले 'गैर' म्हणून ओरडत. काही मुलांना शाळेत येण्याऐवजी म्हशीमागे हिंडणे पसंत असे. अशी मुले सारखी 'गैर' राहत. शाळेतल्या धष्टपुष्ट मुलांना कोणी 'गैर' राहिल्यावर फार स्फुरण येई. ती तातडीने मास्तरांना विचारीत, "धरून आणू का मास्तर?"

मास्तर कधीकधी परवानगी देत. मग ही मुले दीन वाजवीत जात आणि असेल तिथून हुडकून 'गैर' मुलाला 'उचलबांगडी' करून आणीत. मग मास्तर त्याला ओणव्यातला 'ओ'सारखे उभे करीत. ओणव्याने उभा राहिलेला तो मुलगा मुळूमुळू रडत असे आणि उचलबांगडी आणणाऱ्या मुलांना तोंडातल्या तोंडात शिव्या देत असे.

निर्गुडीचा किंवा तरवडाचा एक लांबलचक फोक मास्तरांच्या टेबलावर नेहमी असे. तो टेबलावर बडवून मास्तर मुलांना आणि आढ्याशी दंगा करणाऱ्या चिमण्यांना गप्प करीत. हिशेब चुकला, कविता पाठ झाली नाही, शाळेत उशिरा आले म्हणजे मास्तर उघड्या हातावर छड्या मारीत. छडी घेण्यासाठी निमूटपणे हात पुढे करणे बरे असे. आढेवेढे घेऊन हात पुढे केला, म्हणजे छडी जोरात बसे. दोन-चार छड्या घ्यायच्या असल्या म्हणजे पहिली छडी घेतल्यावर तोंडाने हाय-हुय करणे, काखेत हात दाबणे, बोटावर फुंकर घालून एक पाय वर धरणे फायद्याचे असे. त्यामुळे नंतरच्या छड्या हळू बसत. छडी कशी घ्यावी, हे अनुभवानेच कळत असे. मास्तर फार बिघडले म्हणजे हजेरी आखायच्या रुळानेसुद्धा मारीत, पण हा मान दांडगी मुलेच मिळवीत. छडीचा आम्हा सर्वांना राग येई. कधीकधी आम्ही छडी गुपचूपपणे मोडून लांब टाकून देत असू. मास्तर काही बोलत नसत. एखाद्या मुलाला ते ताबडतोब ओढ्याकडे पाठवीत आणि तो फार थोड्या वेळात छान नवा फोक घेऊन येई. रूळ मोडायची छाती कुणाला होत नसे.

गिरविलेले खर्डे आणि पेन्सिली या वस्तू चलन म्हणून वापरल्या जात. एका सबंध पेन्सिलीचे लहान-लहान तुकडे करण्याकडे फार कल असे. त्याचा चिल्लर म्हणून उपयोग होई. गाजर, उसाचे कांडे, भोवऱ्याची चरी, भोवरा या वस्तूंचा व्यापार चाले. खर्डे-पेन्सिली ज्याच्यापाशी जास्त असतील, तो आदरास पात्र ठरे. बोरू ही फार महत्त्वाची वस्तू मानली जाई. बोरू करणे आणि त्याचे टोक नीट तोडणे, ही कला फार थोड्यांना जमे. पेन्सिलीच्या बदल्यात ही कला विकली जाई. काही हुशार मुले तव्यात बाजरी जाळून तिची शाई करीत. शाईचे डाग सर्वांच्या कपड्यांवर असत. पेन्सिली आणि खर्डे बऱ्याच वेळा चोरीला जात.

काही लबाड मुले मार्कही चोरीत. शाळा सुटण्याच्या अगोदर त्या-त्या दिवशीचे

मार्क प्रत्येकाला विचारले जात. एखाद्या मुलाचा संशय आला, म्हणजे दुसरा मुलगा त्याच्याविरुद्ध 'तक्रार घेई'. त्या मुलाला सविस्तर हिशेब सांगावा लागे. चोरलेले मार्क सापडले, म्हणजे त्या दिवशी त्या मुलाला फक्त एक मार्क मांडला जाई. ज्या मुलाचे जास्तीत जास्त मार्क झालेले असत, त्याचा आकडा लक्षात घेऊन मास्तर भाग घालविण्यासाठी आकडा देत.

"आठानं भागा, पाच उरल्यास पक्का!"

मग मुले भराभर भागाकार करीत.

या मार्कांवरून महिनाअखेरीला नंबर लागे. पहिल्या नंबराच्या मुलाकडे फार अधिकार असत. त्यामुळे सर्व जण त्याचा द्वेष करीत. महाराच्या लखूचा, उसन्याच्या किंवा रामोश्याच्या ईश्वराचा पहिला नंबर कधीही येत नसे. एकदा विमलचा पहिला नंबर आला, तेव्हा सर्व मुलांना अपमानकारक वाटले.

न्हाव्याच्या शंकऱ्याला आम्ही 'धोकटी' म्हणून चिडवीत असू. सुताराच्या उसन्याला 'ए पटाशी' म्हटल्यावर तो चिडे. मोमिनाच्या अब्दुल्ल्याला 'लांडा' म्हटल्यावर तो मला 'तूपभात' म्हणे. पाटलाच्या सीतारामाला, तुळशीरामाला, भानाला असे काही चिडविता येत नसे; शिवीच द्यावी लागे. कारण ते शेतकरी होते. मोठी मुले खासगीरीत्या मास्तरांचा उल्लेख 'ठोकडं' असा करीत.

न्हाव्याचा शंकर, पाटलाचा तुळशीराम, येलमाराचा भाना आणि मोमिनाचा अकबऱ्या हे माझे दोस्त होते. ते आमच्या वाड्यात खेळायला आले म्हणजे वापरायच्या तांब्याने पाणी पीत आणि तांब्या जाग्यावर पालथा घालीत. ईश्वरा रामोश्याला ओंजळीतून पाणी प्यावे लागे. मी यांपैकी कुणाच्या घरी गेलो, म्हणजे घरातील माणसे मला बसायला घोंगडे अंथरीत. शेंगा-गूळ खायला देत. कधीकधी ते मला घरात येऊ नका म्हणत. तेव्हा त्यांच्या घरात खमंग वास दरवळत असे.

मी विचारी, "आत का नाही यायचं?"

मुले म्हणत, "चुलीवर बकरं शिजतंय."

मग मी वॅक् करून थुंके आणि तोंडाला सदरा लावून लांब पळे, पण तो वास बरीक घ्यावासा वाटे.

मुसलमानाचा अकबर मला तळहाताचा वास देई. ओढ्याकाठी फिरताना यावा तसा तो वास असे.

मी विचारले, "कशाचा रे?" तर अकबर फ्या-फ्या करून हसून म्हणे, "आमच्या घरी आज मासं केलं होतं."

बोंबील नावाच्या वस्तूचा वासही कधी मला हुंगायला मिळे, पण या वस्तू

प्रत्यक्षात बघायला मिळत नसत. ईश्वरा रामोश्याशीही माझी दोस्ती होती. तो सकाळी उठल्या-उठल्या तंबाखूच्या मिसरीने दात घाशी. आडावर गार पाण्याने अंघोळ करी. जोर-बैठका मारी आणि शिळी भाकरी अन् चटणी यांची न्याहारी करी.

तिखट आणि भाकरी तळहातावर घेऊन खाताना त्याला पाहिल्यावर माझ्या तोंडाला पाणी सुटे.

एकदा मीही उठल्या-उठल्या पातेल्याखाली ठेवलेली शिळी भाकरी तळहातात घेऊन खात बसलो, तेव्हा माझ्या काकांनी मला बडविले. ते आईला रागावून म्हणाले, ''वहिनी, मुसलमान-रामोश्यांचं बघून हे पोरगं वाटेल तसं वागू लागलं.''

हे सगळे दोस्त शाळेत भेटत असल्यामुळे मला शाळेत जाणे नको वाटत नसे. त्यामुळे माझी उचलबांगडी व्हायची पाळी कधी आली नाही. शिवाय मी इन्फंटमध्ये असल्यामुळे गणित, हिशेब असल्या बारा भानगडी मला कराव्या लागत नसत. घरातल्यापेक्षा मला शाळेत जास्त करमत असे.

संध्याकाळी शाळा सुटण्याअगोदर पर्वचेचा तास असे. तेव्हा संध्याकाळी कोवळी उन्हे झाडांच्या शेंड्यांवर पडलेली असत. 'मुलामा दिला काय तो सोनियाचा' असे वाटत असे. शाळेबाहेरच्या पटांगणात आमोरासमोर दोन रांगा करून मुले उभी राहत. एक रांग म्हणे, ''बे एके बे —''

दुसरी रांग म्हणे, ''बे दुणे चार —''

हलके-हलके आम्हाला चांगला जोर येई. हाताच्या मुठी वळून आणि एक पाऊल पुढे घेऊन दोन्ही रांगा एकमेकांवर कडी करीत. उंच आवाजात पर्वचा उठे,

''तिसा आठा चाळीदोन —''

''तीस नव्वे सत्तरीदोन —''

''तीस दाहे तीऽनशे —''

देवळात बसलेली म्हातारी माणसेसुद्धा आमचा पर्वचा कौतुकाने ऐकत. पर्वचा संपे, तेव्हा मुलांना चांगला दम लागलेला असे.

शनिवारी खेळण्याचा तास असे. या तासाला सोनार मास्तर आम्हाला ओढ्यावर घेऊन जात. तिथे हुतूतू रंगात येई. मऊ वाळूत पोरे धडाधड कोसळत. मोठी मुले हुतूतू खेळत, तेव्हा एलफंडीतील मुले पावलांवर चिमणीची कोटी बांधीत, तरवडाची पिवळी धमक फुले गोळा करीत, कोरड्या वाळूत झरे उकरीत. संध्याकाळ झाली, जोगावलेली गुरे घाट्या वाजवीत रानातून परतू लागली, मुक्कामाच्या झाडांवर कावळे गर्दी करू लागले, वटवाघळे आभाळातल्या वाटा शोधू लागली; म्हणजे आमचा खेळण्याचा तास संपे. फाटलेल्या सदऱ्यांनी, फुटलेल्या गुडघ्यांनी आणि वाळू भरलेल्या डोक्यांनी मुलांची रांग शाळेकडे परत येई. पाट्या-दप्तरे घेऊन मुले

घरोघरी पळत.

बरीचशी मुले शाळेत येताना खिसे भरून खाऊ घेऊन येत. भुईमुगाच्या शेंगा, उसाचे करवे, रताळ्याची भातवडी किंवा काचऱ्या असे काहीबाही खिशातून घेऊन येत. खरेतर ते मधल्या सुट्टीत खाण्यासाठी असे; पण खिशात खायचे घेऊन अभ्यासाकडे ध्यान देणे कठीणच. मास्तरांच्या नकळत एखादा घास तोंडात टाकला जाई. माझ्या सदऱ्याच्या खिशात मूठभर हावरी तीळ घालून आई शाळेला पाठवी.

सोनारमास्तर कविता शिकवीत :

'रडवे माझे वदन बघोनी, भूक लागली हे जाणोनी
कोण उगे करी मज पाजोनी, ती माझी आई!''

खिशातले तीळ चोरून खात-खात ही कविता मी ऐकत असे. 'सुतार उत्तमसा तुजसाठी आणविला' या ओळीतील सुताराचे नाव 'उत्तम'ऐवजी 'उत्तमसा' कसे, असा मला अचंबा वाटे. (तेव्हा 'भिकुसा, यमासा' कानांवर नव्हता.) तीळ खात-खात मी या गोष्टीचे नवल करीत असे. उसन्याचा भाऊ 'उत्तम' होता, पण त्याला कोणी 'उत्तमसा' म्हणत नसत.

मास्तर मध्येच थांबून विचारीत, ''काय हो, काय खाताय?''

मी खिसा हाताने दाबून मान खाली घाली.

इतका वेळ तीळ मागून दमलेला संकऱ्या मास्तरांना ओरडून सांगे, ''तीळ खातोय हा मास्तर!''

मास्तर मला सांगत, ''बाहेर जा आणि खाणं संपल्यावर परत येऊन बस. शाळेत खाऊ नये.''

खरेतर खिशातले तीळ लवकर संपू नयेत, शाळा सुटेपर्यंत पुरावेत, म्हणून मी थोडे-थोडे दाणे तोंडात टाकीत असे आणि मास्तर ते लवकर संपवायला सांगत.

मग मी मोठ्या नाखुशीने शाळेच्या पाठभिंतीशी उभा राहून तीळ भराभरा संपवी. भरल्या पोटाने शाळेत येऊन बसे.

सोनार मास्तर एकाच वेळी चार वर्ग चालवीत. कुणाला हिशेब सांग, कुणाचा भूगोल घे, कुणाला कविता शिकव असे त्यांचे चौफेर काम चाललेले असे आणि हा सर्व अभ्यास माझ्या कानांवर पडे. सर्व वर्गाचा थोडा-थोडा अभ्यास मला येई. इतिहासातील टिपूचा भाऊ छट्टू यास वाघाने मारले, ही घटना मला माहीत होती. 'गड आला पण सिंह गेला' असे शिवाजी कधी म्हणाला, हे मला माहीत होते. गोष्टीतील बेटा जमालने मोहरमच्या वाघाचे सोंग कसे घेतले, गरिबी ही धट्टीकट्टी असते आणि श्रीमंती ही लुळीपांगळी कशी असते, काळ्या आणि पिऱ्या यांना 'करावे तसे भरावे' कसे लागले इत्यादी अनेक गोष्टी मला माहीत होत्या.

कविता तर मला पाठच होऊन जात.

“ही शिंगें सुंदर दोन
हे मोठे मोठे कान
शेपटी किती तरि छान
जरि काळी ही, दूध पांढरें देई
लागते गोड तें ताई!”

काळ्या कपिला गाईने पांढरे दूध द्यावे, ही बाब कौतुक करण्याजोगी आहे, हे मला प्रत्यक्ष गाय व दूध पाहून कळले नव्हते, ते कवितेतून कळले. ‘नेमेचि येतो मग पावसाळा’ हे सृष्टीचे कौतुकसुद्धा मला असे समजले.

‘सदा दांत घासोनि तोंडा धुवावे।
कळाहीन घाणेरडे, बा नसावे।।”

या कवितेतील ‘बा’ हा कुणाचा बरे बाप असावा, असे वाटे आणि विचाराअंती तो सदा येलमाराचाच असावा, अशी खात्री होई. कारण सदा नेहमी ‘आमचा बा आला’, ‘आमचा बा हाळ्या मारतुया’ असे म्हणत असे. ‘कोल्हे तसे चोर वनी दडाले।’ या ओळीमुळे चोरांना शेपटी असावी आणि ते कोल्ह्याप्रमाणे चार पायांवर चालणारे प्राणी असावेत, असे वाटे. सोनार मास्तर हे मुळातच मास्तर आहेत – उसन्याचा बाप जसा सुतार आहे, अब्दुल्ल्याचा बाप जसा मोमीन आहे; तसे मास्तर हे मास्तरच आहेत, असे मला वाटे. त्यांना कोणी मास्तर ‘केले’ असेल, असे वाटत नसे; पण माझा हा विश्वास पुढे-पुढे ढळला. एकदा शाळेत दिपोटी आले, तेव्हा मास्तर फार घाबरले. वरचेवर ते कोटाची बटणे चाचपडत; दिपोटीने काही विचारले की, घाबरटपणे ‘हो, हो’ करीत. मागतील त्या वह्या-पुस्तके वाकून-वाकून दिपोटींना दाखवीत. ते सगळे पाहिले, तेव्हा मला फार वाईट वाटल. एकदा माझे वडील गावाहून आले. ते मला म्हणाले, “जा रे, सोनार मास्तरना म्हणावं, मी बोलावलं आहे!”

तेव्हा तर माझी मती गुंगच झाली. मास्तरांनासुद्धा कोणी बोलावू शकत होते तर!

हा निरोप मी मास्तरांना पोचवला. सोनार मास्तर घरातून उठले. अंगात नुसते अर्ध्या बाह्यांचे दंडके घालून बोडकेच आले. आमच्या सोप्यात खुर्ची-टेबलाऐवजी खालीच बसले. दादांशी हसत-हसत काही बोलू लागले.

मला नवल वाटले. मास्तर असे कसे दिसतात, असे वाटले. धोतर-सदरा घातलेला पोस्टमन पाहिल्यावर होते, तसे झाले.

सोनार मास्तर हे मास्तर म्हणून चांगले होते. त्यांनी मला रुळाने मारले नाही. पाणी पिण्यासाठी किंवा इतर तातडीच्या कामासाठी शाळेतून सोडण्याबाबत कधी खळखळ केली नाही. मी नुसता सदराच घालून शाळेत येतो, याबद्दलही ते कधी

दरडावून बोलले नाहीत. मात्र कधीकधी ते माझ्यासमोर येऊन उभे राहत, मान वाकडी करून मला न्याहाळीत आणि हसून म्हणत, "अहो, आता एकवार मुंजीचे लाडू द्या बुवा आम्हाला."

ही गोष्ट लवकर घडली नाही, पण अचानक एके दिवशी खांद्यावर बंद बांधायची एक गादीपाटाची चड्डी मला काकांनी आणली. ती घालून बांधल्यासारखा मी शाळेत गेलो, तेव्हा मास्तरांसकट सर्व मुलांनी माझे छान स्वागत केले.

पुढे मी गावी राहिलोच नाही. 'एलफंडी'तून उठून मी बदलीच्या गावी गेलो. तिथली शाळा खूप मोठी होती. तिथे बरेच मास्तर होते. शाळेला पिवळा रंग होता. पुढे बाग होती. मास्तरांची आडनावे वेगवेगळी होती. ती शाळा शाळेसारखी दिसतच नव्हती!

मला माझ्या शाळेची फार आठवण येई.

बरीच वर्षे निघून गेली; जवळजवळ सव्वीस. सत्तावन्न सालाच्या ऑगस्टमध्ये मी जेव्हा गावी गेलो, तेव्हा आमची शाळा पार बदलली होती.

आमची जुनी शाळा पहिल्या जागेवरून उठून अगदी गावच्या वेशीत आली होती. विकास योजनेने हा बदल घडवून आणला होता. लाल कौलांची, तीन प्रशस्त खोल्या असलेली सुरेख शाळा गावकऱ्यांनी बांधली होती. शाळेच्या कपाळावर पाटी लावलेली होती – 'महात्मा गांधी विद्यालय, मौजे माडगुळे.'

एखाद्या नव्या माणसाला पाहून बुजावे, तसे मला झाले. मी बाहेरून शाळा पाहिली. १५ ऑगस्टला मी बामणाच्या पत्र्यात लिहीत बसलो असताना सोनार मास्तर आले. मी गडबडीने उठून म्हणालो, "या, या."

मास्तर म्हणाले, "शाळेकडे चला. आज १५ ऑगस्ट, झेंडावंदन आहे. मुलांना चार शब्द सांगा."

माझ्या पोटात एकदम खड्डा पडला!

"छे! छे! भलतंच! मास्तर, मी हो काय सांगणार?"

मास्तर मामलेदाराशी बोलावे तसे बोलले, "असं नका म्हणू. आमचा एवढाही हक्क नाही का तुमच्यावर?"

अगदी धरून नेल्यासारखा मी शाळेकडे गेलो. बरीच गावकरी मंडळी जमली होती. तो सीताराम आता सरपंच झाला होता. भाना मोठा पुढारी झाला होता. महाराचा लखू, यलमाराचा सदा ही प्रतिष्ठित मंडळी खुर्च्या-बाकांवर गंभीर चेहऱ्यांनी बसली होती. तालुक्याला सलून काढलेले शंकररावसुद्धा माझ्या डाव्या बाजूला बसले होते.

झेंडावंदन झाले. मी टेबल-खुर्चीशी बसलो. पुढे शाळेतील मुले-मुली बसली होती. मास्तर उठून उभे राहिले आणि बोलू लागले, ''आजच्या समारंभाला व्यंकटराव माडगूळकरांसारखे थोर अध्यक्ष मिळाले, हे भाग्य आहे...''

पुढे ते काय बोलले, ते माझ्या कानांनी ऐकून घेतलेच नाही. खाली मान घालून मी मनात दुसरे काही बडबडत होतो.

शेवटी मुलांना 'चार शब्द' सांगताना मी अडखळलो. भाषण काही सुधारले नाही. बोलणे काय, नीट उभे राहणेसुद्धा जमले नाही.

जुन्या शाळेची भिंत आता पार पडून गेली आहे. धाबे बसले आहेत. ते दुरुस्त करण्याकडे कुणाचे ध्यान नाही.

■

। पाच ।

पार

देवळाच्या मधोमध उभे राहिले, म्हणजे समोर पार दिसतो. देवळापासून दोनशे-एक कदम टाकावे लागतात. पार चौरस आकाराचा आणि माणसाच्या डोक्याइतका उंच आहे; थोडा जास्तच असेल. वर चढून जायचे, तर पाच-सहा भल्या मोठ्या पायऱ्या चढाव्या लागतात. देवळाकडच्या अंगाने व पलीकडच्या अंगाने वर अशा पायऱ्या आहेत. पाराची घडण जुन्या वळणाची आणि दांडगेश्वर आहे. आणले तसेच दगड बसविलेले आहेत. त्यांना गवंड्याने छिन्नी लावलेली दिसत नाही. गावाची वस्ती सातशे आणि पार एवढा मोठा की, निम्मे गाव त्यावर मावावे. पाराच्या मधोमध भला मोठा निंब आहे. निंबाभोवती पार बांधला आहे की पार बांधून निंब लावला आहे, हे कळत नाही.

आमचे गाव यलमार लोकांचे आहे. यलमारांची फक्त अठराच गावे आहेत. त्यापलीकडे त्यांचा रोटी-बेटी व्यवहार होत नाही. जमातीतल्या कोणाकडून अपराध झाला, म्हणजे जातगंगा जमून त्याचा फैसला करीत असे. आमच्या गावापासून फार दूर नसलेल्या मंगेवाडीच्या 'अकरा'वर हा न्यायनिवाडा होत असे. अकर म्हणजे पारच. मंगेवाडीलाच अकर का, आमच्या येथेही पाहिजे; अशा ईर्ष्येने हा पार बांधला, असे सांगतात; पण न्यायपीठ असलेले हे ठिकाण तूर्त व्यासपीठ बनलेले आहे. पारावर उभे राहून काही बोलले की, त्याला वजन येते. महत्त्व प्राप्त होते.

न्यायपीठाचा आदर म्हणून की काय, महार, रामोशी पायरीला पाय लावत नाहीत, पारावर चढत नाहीत. वहाणा घालून पारावर चढणेही योग्य समजले जात नाही.

पारावर बसणाऱ्याने संध्याकाळी बसावे. दिवस मावळू लागला, उन्हाला चांदण्याची मवागी आली म्हणजे घरातून उठावे आणि पाराच्या पायऱ्यांवर किंवा पाराच्या कडेवर पाय सोडून बसावे. थंड वाऱ्याच्या झुळका येत राहतात. कधी भिजलेल्या काळ्या मातीने, तर कधी ज्वारी-बाजरीच्या शेताने सुगंधित होऊन या झुळका येत असतात. उन्हाळ्यात नांगरट झाली आणि वळवाचा शिडकावा पडला म्हणजे वाऱ्याला नागरमोथ्याचा थंड सुवास असतो. पावसाळ्यात हाच वारा मातीच्या अत्तराचा फाया घेऊन येतो. हिवाळ्यात शेतांचा घमघमाट सुटतो. असा सुगंधी वारा हुंगीत पारावर बसावे. डोक्यावरच्या निंबावर चिमण्या-कावळ्यांचा गोंधळ चाललेला असतो. माण नदीकडून हदग्याच्या फुलांसारखे पांढरेधोट बगळे रांगेने उडत येऊन निंबावर बसत असतात. लाल झालेल्या क्षितिजाकडून येणारी वटवाघळे पूर्वेकडे जात असतात. रानातून घराकडे येणारे बैल डुरकत असतात. गाई हंबरत असतात. गाड्या धडधडत असतात. गुरांच्या गळ्यांतील घाट्या, चंगाळ्या वाजत असतात. आवाजाची दुनिया मोठी भराला आलेली असते.

सूर्य मावळतो, कडुसे पडते, तसतसे हे आवाज खाली बसतात. अंधारू लागते. घरे, झाडे निळ्या-निळ्या आभाळावर चित्रे चिकटविल्यासारखी दिसू लागतात. आभाळात चांदण्या चमकू लागतात. मारुतीच्या देवळात दिवा लागतो. सोनाराच्या घरात कंदील पेटतो. कुलकर्ण्यांच्या घरातील आरगीन लखलखू लागते आणि घटकाभराने सगळीकडे कसे शांत-शांत होते. निंबाच्या डहाळ्या एकमेकींच्या कानात चहाड्या करीत असतात, तो हळू आवाज तेवढा ऐकू येतो.

थंड वारा गालाला लागत असतो आणि आपण बसलेला धोंडा अद्याप निवलेला नाही, हे ध्यानात येते. आजूबाजूच्या घरांतून चाललेली बोलणी स्पष्ट ऐकू येतात. माणसे दिसत नाहीत, पण आवाज ओळखू येतात. कुलकर्ण्यांच्या घरात तायडी, रामा जेवायला मागत आहेत, हे समजते. महारवाड्यातील येदू सुतार आपल्या मुलाला शेरडीची धार काढायला हाका मारतोय, हे कळते. वाण्याच्या दुकानात न्हाव्याची म्हातारी गूळ आणि गरा न्यायला आली आहे, तेव्हा मुंबईकडचा तिचा जावई आला असावा, असा तर्क करता येतो. मुलांची किरकिर, बायांचे वळसेदार किनरे आवाज, पुरुषमाणसांचे खाकरणे, शिणल्या आवाजातील बोलणे, गुरांवर दटावणे हे सगळे ऐकू येते आणि कुणाच्या घरी काय चालले आहे, हे न पाहता, न सांगता कळते.

नामू नसल्याच्या दिव्यावर दिवा पेटवून तो पदराआड धरून घराकडे जाताना कोणी बाई दिसते. कोण असावे याचा उगीच तपास करावा. अदमासानेच म्हणावे, ''कोण... व्हंजी आहे काय?''

गावात बऱ्याच आत्या, काकू, व्हंजी आहेत. त्यांपैकीच कोणी असले, तर ती

तट्कन वळून आपल्याकडे पाहते. अंधारात दिसत नाही. थोडके शब्द कानी आल्याने आवाजही ओळखू येत नाही. व्हंजी चाल मंदावून विचारते, ''व्हय हो, मीच हाय! एकटंच बसलाया?''

''हां, बसलोय. आत्ताच आलो रानातनं. मिरचीला पाणी पाजायचं होतं आज.''

एवढे बोलल्यावर व्हंजीला आवाज ओळखतो. तिच्या आवाजात आपलेपणा येतो.

''दोडा, वारंच लई. टिकतोय का न्हाई घरापावतर ह्यो बाबा.''

असे आपल्याला, दिव्याला, वाऱ्याला एकाच वेळी म्हणत ती चालू लागते. तांबड्या पदराआड धरलेला दिवा आकाशदिव्यासारखा दिसतो. गल्लीत शिरून व्हंजी दिसेनाशी होईपर्यंत उजेड राहिला म्हणजे बरे वाटते.

वाण्याच्या घरात धूर फार झाला आहे. वाळल्याबरोबर ओले जळत नसल्यामुळे वाणीण बेजार झाली आहे, हे वासाने समजते. सोनाराच्या वत्साबाईने आज डाळ-कांदा घालून सांडग्याचे कालवण केले आहे, हे समजून जेवणाची इच्छा होते. कारण तव्यातली फोडणी ऐकू येते आणि वासही पारापर्यंत येतो.

मग आपण अंधारात काडी पेटवून विडी शिलगवावी आणि लाल मणी उजळीत बसावे. माणसे येत-जात असतात. पायताणे, काठ्या वाजतात. कुणाचातरी आवाज येतो –

''कोन बसलंय?''

यावर नाव सांगायलाच पाहिजे, असे नाही. आपण नुसतेच म्हणावे, ''का हो? मी आहे.''

एवढ्यावरून कोण ते ओळखून विचारणारा आपल्याजवळ येतो. मग एक विडी आळीपाळीने दोघांनी प्यावी. जळत-जळत अगदी हिरव्या करदोड्यापर्यंत आली, म्हणजे टाकून देऊन इकडचे-तिकडचे बोलावे.

जेवणवेळेपर्यंत पारावर असे छान करमते. अंधाऱ्या रात्री पारावरची बैठक जास्तीत जास्त अकरापर्यंत. पुढे तिथे बसण्यात मतलब नाही. आपले उठून देवळात यावे.

चांदण्या रात्री निंबाच्या डहाळ्यांच्या उखाळ्या-पाखाळ्यांना अगदी जोर येतो. मागे-पुढे वाकून-वाकून त्या काही कुजबुजत असतात. पारावर शाई ओतल्याप्रमाणे सावली पडलेली असते, तेव्हा एकटे बसण्यात काही राम नसतो. अशा वेळी पाराच्या उबदार पायरीवर बहुधा दोन माणसे उशिरापर्यंत बसतात आणि त्यांचा बोलण्याचा विषय साधा राहत नाही. गावातील लफडी तंबाखूसारखी तोंडात घोळली जातात. दोघांपाशी तिसरा कोणी गेला की, बोलणे एकाएकी थांबते; तिसऱ्याला अवघडल्यासारखे होते.

चांदण्या रात्री पारावर कोणाही दोघांनीच बसावे.

थंडीच्या दिवसांत काही माणसे पारावर येऊन सकाळचे ऊन खातात. दिवसभर एखाद-दुसरा माणूस पाराच्या शेजारी उभा, बसलेला असतोच; पण वर्दळ नसते. असली, तरी ती लहान पोरांची. अंगात नुसतेच अंगरखे अडकवलेली भोंगळी पोरे, नुसताच पोलका किंवा नुसताच परकर नेसलेल्या लहान पोरी पारावरल्या सावलीत खड्यांचे, मातीचे खेळ खेळत असतात. एवढी-एवढी पोरे गुलुगुलु बोलत, लुटुलुटु हलत असतात आणि म्हातारा निंब बघत असतो.

वर्षानुवर्षे म्हातारीच असलेली माणसे आपण पाहतो, तसाच पारावरचा निंब आहे. त्याला तरणा कोणी पाहिला असेल का, याची मला शंका आहे. खालच्या आळीचे अप्पाजीपंत म्हातारे असल्याचे मी वर्षानुवर्षे पाहतो आहे, तसेच निंबालाही पाहतो आहे. प्रचंड बुंधा असलेला आणि गुरवाच्या म्हातारीप्रमाणे अंगावर लहान-लहान आवाळे असलेला निंब आपला आहे तसा आहे. रापलेल्या चेहऱ्याची आणि कणखर बांध्याची काही खेडूत माणसे पाहिली म्हणजे ही अमर आहेत, असे वाटते. निंबाच्या बाबतीतही तसेच वाटते. निंबाचे म्हातारपण एका विशिष्ट जागी येऊन थांबलेच आहे.

शिशिर ऋतू आला की, एरवी हिरवाकंच दिसणारा निंब पिवळा पडत जातो. डहाळ्यांची कुजबुज ऐकू येईनाशी होते. पिवळी पाने सारखी निखळून खाली पडतात. पारावर आणि आजूबाजूला वाळलेल्या काड्यांचा, पानांचा खच पडतो. गावची झाडलोट करणारी महारीण निंबाला शिव्या घालते. निंबाचा पाला गोळा करता-करता तिला कसक भरते.

चैत्रमासात पुन्हा चमत्कार होतो. म्हाताऱ्या निंबाला जोमाने नवे धुमारे फुटू लागतात. पोपटी रंगाची पालवी चहू अंगांनी उसळ्या घेऊ लागते. तिच्या रूपाचा अगदी उजेड पडतो. पांढऱ्या शुभ्र अशा नाजूक मोहोराने निंब बहरतो आणि कसा धुंद वास सुटतो. उन्हात तगमग होऊ लागली की, पारावर येऊन बसावे – वाळ्याचे पडदे चोहो बाजूंना सोडले आहेत, असे वाटते.

या मोहोराचा पारावर सडा पडत असतो आणि बघता-बघता हिरव्या निंबोळ्या दिसू लागतात, झपाट्याने अंग धरतात आणि लवकरच पिकून पिवळ्यारंजन होतात. मग पिकल्या निंबावर पाखरांची झिम्मड उडते. कावळ्यांची गर्दी होते. गोड गोड निंबोळ्या खात, कुरूबुरू बोलत ही वस्ताद पाखरे दिवसभर निंबाच्या डहाळ्या धरून राहतात.

आषाढात उभे वारे सुटते. निंबाला फार सावरून उभे राहावे लागते. बुंध्यावरून सरासरा धावणाऱ्या खारी भिऊन एका जागी बसतात. निंबाच्या ढोलीतील पोपटाची पिले लाल चोची बाहेर काढतात आणि पट्कन आत घेतात. भलतेच वारे सुटलेले असते. डहाळ्यांची दैना होते. कावळ्यांनी चोखून टाकलेल्या निंबोळ्यांचे बी या वाऱ्याने साऱ्या गावभर होते.

आणि श्रावणात बघावे, तर गावात जागोजागी म्हाताऱ्या निंबाची लहान पोरे दिसू लागतात. भिंतीच्या खोबणींतून, घराच्या माळवदावर – जाऊ नये तिथे ती गेलेली असतात; पण रस्त्यावर दर वर्षी दिसणाऱ्या 'म्हपी' कुत्रीच्या पोरांप्रमाणेच ही पोरेही कधी जगत नाहीत. म्हाताऱ्या निंबाला संतती उदंड होते, पण ती वाढत नाही.

घरात बाळंतीण झाली की, चौकटीला निंबाच्या लहान डहाळ्या अडकवितात. पारावरच्या निंबाचे डहाळे आज किती वर्षे चौकटींना लटकत आहेत....

माझी आई म्हणते, "मी पाहतेय, तसा पारावरचा निंब आहे!"

पाडव्याला सगळे गाव देवळात निंब खायला जमते, तेव्हा गुरव याच निंबाचा पाला काढतो. गावात एखाद्याला 'पान लागले' (साप चावला) म्हणजे याच निंबाचा पाला काढून पारावर वाटतात. त्याचा रस 'पान लागलेल्या' माणसाला पाजून त्याला मारुतीच्या देवळाभोवती धावत प्रदक्षिणा घालायला लावतात. रात्रभर देवळात भजन होते आणि सकाळी पान लागलेला माणूस धड होऊन परत आपल्या घरी जातो. खरे-खोटे, देव जाणे! महादा न्हाव्याला एकदा पान लागल्याचे मला माहीत आहे. हे सगळे केले आणि तो सकाळी स्वत: घरी चालत गेला.

पारावर उभे राहिले की, चोहो अंगांचे आभाळ लांबवर दिसते. रोहिणी नक्षत्राची वाट बघत लोक पारावर उभे राहतात. पावसाची हालचाल दिसते. हत्तीच्या वर दिसतोय, बोंबेवाडीच्या अंगाने उठला आहे, महुदावर पडतो आहे – असा पावसाचा ठावठिकाणा घेत लोक या पारावरच उभे राहतात.

पाराच्या पलीकडून गावची वाट जाते. पारावरचा खेळ संपवून मुली सासरी जातात, त्या याच वाटेने. परक्या मुली गावात येतात, त्या याच वाटेने. याच वाटेवर गावाबाहेरच्या विहिरीवरून वा ओढ्यावरून धुणी धुऊन परत येणाऱ्या बायकांच्या खांद्यांवरचे पिळे ठिबकतात, कमरेवरच्या घागरी हिंदकळून थेंब पडतात. गावची तरणी पोरे रात्री याच वाटेने शेतात राखण करायला जातात.

हीच वाट स्मशानाकडे जाते.

अमर वाटणारा पारावरचा निंब आता केव्हा पडेल, याचा नेम नाही. पुष्कळ वर्षे तो जगला आहे. आषाढाचे वारे सुटले, म्हणजे कोणी आता पारावर बसत नाही. एखाद्या वेळी हा निंब अचानक कोसळेल आणि वाटेवरून येणाऱ्या-जाणाऱ्यांचा घात करील, अशी भीती गावकऱ्यांना वाटते.

लोकांचा असा विचार आहे की, आपोआप पडण्याअगोदरच हा निंब आता तोडावा, पार उलगडावा आणि त्या जागी समाजमंदिर उभारावे.

विचार काही वाईट नाही. ■

। सहा ।

ओढा

पावसाळा साधून गावी निघालो, तेव्हा प्रवासातच वासना झाली की, गावचा ओढा आता भरून वाहत असेल – निर्मळ धारेत बसून अंघोळ करावी.

आजारी माणसाला जशी काहीबाही खाण्याची वासना होते, तसेच हे होते. मी काही गावाला फार वर्षांनी जात होतो, अशातला प्रकार नव्हता. वर्षा-दोन वर्षांनी एखादी धावती भेट होतेच; नाही असे नाही. पण गेल्या अनेक वर्षांत गावच्या ओढ्यात मी अंघोळ केली नव्हती. आठवण करून पाहिले, तर जवळजवळ बारा-तेरा वर्षांचा काळ गेला होता, असे दिसून आले. निर्मळ धारेत माशासारखे पोहून जवळजवळ तप लोटले होते.

गावचा ओढा सोडला, तरी या एवढ्या काळात दुसऱ्या कुठल्याही ओढ्यात अंघोळ केल्याचे मला स्मरेना. इतकी वर्षे झाली होती, कावळ्याच्या डोळ्यासारख्या स्वच्छ धारेत मी कधी पडलोच नव्हतो. झुळुझुळु वाहणारी धार पाठी-पोटावरून खळाळत गेली नव्हती. चिंगळ्या माशांचे कळप अंगावरून खेळले नव्हते. वरून पाहिले असते, तर साधी वाळू; पण पाण्यात बुडून डोळे उघडले की, वाळूचे रंगीबेरंगी खडे कसे मोठ्या-मोठ्या माणिक-मोत्यांसारखे दिसत! ते धन कितीतरी दिवसांत मी पाहिलेच नव्हते. उन्हाची तिरीप धारेवर पडल्यावर धारेच्या मध्यभागी विणली जाणारी तिपेडी-चौपेडी पाण्याची वेणी कशी रुप्यासारखी चमकायची! खूप वेळ पाण्यात राहिल्यावर हातापायांचे तळवे कसे पांढरेस्वच्छ, फिक्कट गुलाबी दिसू लागायचे! बोटांच्या शेवटांना सुरकुत्या पडायच्या. धारेतून अंग बाहेर काढले

की, अंगावर कसे रोमांच उभे राहायचे!

किती तरी वर्षे झाली होती, माझे तळवे धारेने असे कधी पांढरट गुलाबी केले नव्हते; माझ्या अंगावर कधी रोमांच उभे राहिले नव्हते!

जो-जो आठवण करू लागलो, तो-तो लहान-लहान तपशीलही आठवू लागले आणि धारेत अंघोळ करण्याची इच्छा अनावर झाली. माशांची रुपेरी अंगे पायांच्या तळव्यांना गुदगुल्या करू लागली. ओढ्याकाठच्या वनस्पतींचा थंड वास छाती भरून टाकू लागला. ओढ्यात स्नान करण्याची इच्छा फारच अनावर झाली.

काही गावच्या ओढ्यांना छान नावे असतात. 'कापूर-ओढा', 'भाकर-ओढा', 'लांडोर-ओढा' अशी काही नावे मला आता आठवतात. आमच्या ओढ्याला असे काही नाव नाही. त्याचे नाव कुणी ठेवलेच नाही. ही एक उणीव राहून गेली आहे खरी. उगीच आपला ओढा म्हणून गुणच तेवढे सांगण्यात मतलब नाही. आमच्या ओढ्याचे पात्रही रुंद नाही. अलीकडच्या काठावरून धोंडा फेकला, तर सहज पलीकडे जाईल, अशा या लहान ओढ्याचा जन्मही थोरामोठ्याच्या पोटी झालेला नाही. बहुतेक ओढे डोंगर-टेकडीच्या पोटी जन्मून धन्य होतात. हे भाग्य आमच्या ओढ्याला लाभलेले नाही. गावापासून दोन-अडीच मैलांवर असलेल्या पाटलाच्या तालीत त्याचा जन्म झालेला आहे. ताल मोठी आहे. पाटलाने आपल्या रानात डोंगराएवढी ताल टाकली आहे, असे लोक अपूर्वाईने बोलतात. अपूर्वाईनेच बोलायचे झाले; तर हलक्या कुळात जन्म झाला, असे या ओढ्याच्या बाबतीत बोलता येणार नाही. कुणी बोलूही नये. कारण जन्माला येणे काही कुणाच्या हातात नाही. तालीतून जन्म घेणाऱ्या ओढ्याला आजूबाजूच्या लहान ओघळी-नाळव्यांनी मोठेपणा दिला आहे. काळ्या रानातून, तांबड्या रानातून, माळरानातून मिळविलेली जलसंपत्ती या सगळ्या मंडळींनी उदार मनाने ओढ्याला दिली आहे. भाद्रपदाच्या महिन्यात दणक्या पाऊस झाला की, पाटलाची ताल तुडुंब भरे आणि मातीत रंगून तांबडालाल झालेला पाण्याचा लोंढा वाळूत झिरपत, वाळूला पुढे लोटीत धावू लागे. हा एकांडा गडी असा एकटाच सुटून सात-आठ खुटणे पुढे आल्यावर वाळली झुडपे, लाकडे, काट्याकुटक्या घेऊन रानातल्या ओघळी त्याला मिळत. ओढ्याची ताकद वाढे. तो आवाज टाकू लागे. एक ओघळ आली, दुसरा नाळवा आला, तिसरी ओघळ आली, चौथा नाळवा आला... असे होता-होता ओढा चांगल्या उड्या घेऊ लागे. 'आलो-आलो' अशी गर्जना करू लागे. वाळू सोडून पाणी काडावर उसळ्या मारू लागे. दरडींना कात्री लागे आणि मातीचे मोठमोठे ढेपसे धडाधड कोसळून ओढ्याचा रंग अधिक गडद होई. पांढऱ्या शुभ्र फेसाची किनार लाल ओढ्याच्या दोन्ही बाजूंना जोडली जाई. एखाद्या सम्राटाची चतुरंग सेना

रणगर्जना करीत धावत यावी, तसा ओढा धावत आमच्या गावी येई.

हा बनाव सहसा रात्री अंधारी घडून येई. जेवणे-खाणे करून निवान्त पडलेल्या गावकऱ्यांच्या कानी अचानकच ओढ्याची गर्जना येई. निवान्त पडलेली माणसे चटाचट उठून बसत. आवाजाला कान देऊन कावरीबावरी होत. ओढा आला, या गोष्टीचा मोठा हर्ष त्यांना होई. आपल्या मुला-माणसांना म्हणत, "अरे लेकांनू, ओढा आला बघा!"

आता रात्री अंधारी ओढा बघावा कसा? तरीपण लग्नाची मिरवणूक बघायला धावावे तशी मुले, माणसे, बायाबापड्या ओढा बघायला धावत; काळोखातच चिखल तुडवीत वेशीत जमा होत. ज्यांच्या घरी कंदील असत, ते कंदील घेऊन येत.

"अगा बाबा! मायंदाळ पानी आलं!"

"बया गं! अवंदा पानी लईस आलं!"

"थ्यो तुमची! काय पानी रं ह्ये?"

असे कौतुकाचे उद्‌गार गावकऱ्यांच्या तोंडून सारखे निघत. महार पोरे तशा रात्री अंधारी काठाशी आलेले वसाण सरपणासाठी धरावे म्हणून धडपडत. एखादे चार हात लाकूड कुणाला सापडले, तर अपार धनसंपदा मिळाली असा आनंद त्या गड्याला होई. सरपणाची आशा नसलेले गडी ओरडून-ओरडून इतरांना म्हणत, "ये लेकांनू! आरं, सकाळी वसाण बघा. एखाद्याला लांबडंबिबडं लागंल!"

लाकूडकाटकी म्हणून वाहत आलेला सापच आपण धरू, या भयाने काही जण हात आखडता घेत, तर काही धीट पोरे बेहोश होऊन वसाण धरीत.

दिवस उगवतो-न उगवतो, इतक्यात मुला-माणसांची रहदारी ओढा पाहण्यासाठी लागे, पण त्या वेळेपर्यंत पाहण्यासारखे असे फार थोडके राहिलेले असे. तुफान भरून आलेल्या ओढ्याला रात्रीतून बराच उतार पडलेला असे. दोन्हीही काठ मऊसूत गाळाने सप्पय झालेले असत. तांबडेलाल पाणी थोडेबहुत निवळलेले असे. नेहमी विहिरीतून अंघोळी करणारी वांड पोरे अशा वेळी कावेने रंगविलेले धोतर घेऊन ओढ्यावर येत आणि लांघा घालून रामप्रहरी पाण्यात पडत, खडकावर उभी राहून खाडखाड दंड थोपटीत. वयाने झालेली माणसे तांब्या-धोतर घेऊन येत. खडकावर बसून अंघोळ करीत आणि ओढ्याचे नवीन पाणी चंबूने नेऊन मारुतीला घालीत. पोरीठोरींना धुण्याची हौस येई. खडकाशी बसून त्या तसल्या पाण्यात धुणी धूत. धुणे थोडे, पण खेळणेच फार होई. एकमेकींच्या अंगावर पाणी उडवावे, पाणी उडाले म्हणून तू-मी करून भांडणाची हौसही फेडून घ्यावी, असे चाले. चार-दोन दिवस गेले आणि पाणी चांगले निवळले म्हणजे तर चांगल्या-चांगल्या बायकाही धुण्यासाठी पाणवठ्यावर येत. ओचे चांगले वर करून, पाण्यात उभे राहून धन्याचे धोतर किंवा

आपले लुगडे धारेवर अंथरण्यात त्यांना सुख होई. धुणे संपल्यावर हातपाय निर्मळ धूत त्या एकमेकींशी घरात बोलता येत नाहीत अशा गोष्टी बोलत. थट्टामस्करीही करीत. नव्या वस्त्रांच्या रंगाबरोबर लाजेचा रंगही ओढ्याच्या धारेत मिसळला जाई. गावाशेजारी फार गर्दी असे. धुण्याला लवकर खडक मिळत नाही, म्हणून काही बायका गावापासून फर्लांगभर दूर असलेल्या पांढऱ्या खडकावर जात. खडकावर धुणी वाळत घालून धारेला डुंबत बसत. वस्तीवरची गुरांमागची पोरे गुरांना पाणी पाजण्यासाठी ओढ्यावर येत. अशा वेळी पांढऱ्या खडकावर आलेल्या एखाद्या बाईचा पायसुद्धा चुकून-माकून घसरे. पाय घसरायचाच म्हटल्यावर तो कुठे आणि कधी घसरेल, हे सांगता येत नाही; पण पांढरा खडक निमित्ताला कारण होई.

ओढ्यात अंघोळ करायची इच्छा मी पुरी तर करणार होतोच; पण गावालगतच्या पाणवठ्याऐवजी मी ऐन दुपारी पांढऱ्या खडकावर जाऊन कपडेही धुणार होतो. स्वत:चे कपडे स्वत:च्या हातांनी धुऊनही मला फार दिवस झाले होते. गावात पोहोचलो की, पहिली अंघोळ पांढऱ्या खडकावर जाऊन करायची, हा बेतही मी मनाशी पक्का करून टाकला होता.

ओढ्याच्या काठावर दुतर्फा नाना जातींची झाडे होती. करंज, निरगुडी, बाभळी, तरवड अशा झाडा-फुलांनी ओढ्याचे दोन्ही काठ भरलेले असत. ऋतुपरत्वे ही झाडे फळाफुलांना येत. करंजाच्या झाडांना पांढरा स्वच्छ मोहोर येऊन सुवास सुटे. श्रावणमासात बाभळीची झाडे पिवळ्यारंजन फुलांनी गजबजून जात. निरगुडींना तुरे येत. तरवडाची झुडपे पिवळ्याजर्द गुच्छांनी गजबजून जात. नेपतीची तांबडी फुले दिसू लागत. नाना रंगांची फुलपाखरे ओढ्याच्या काठांनी सदैव झुलत राहत. मोगी-होले नेपतीतून घरटी बांधीत. निरगुडीच्या गचपणातून चित्तूर पक्षी शिळा घालीत हिंडत. निळ्या रंगाचे खंड्या पक्षी, पिवळ्या रंगाचे हळदुले पक्षी, लाजरे भारद्वाज, पांढऱ्या शुभ्र बळंक्या, हिरव्या रंगाचे मुके राघू... सगळ्या पाखरांची दुनिया ओढ्याकाठच्या या वृक्षराजींतच झुलत राही.

गावच्या पाणवठ्यावर दोन मोठे वृक्ष होते – एक पिंपळाचा आणि दुसरा उंबराचा. उंबराच्या फांद्यांना लालभडक उंबरे लहडल्यावर, पिंपळाची पिटुकली पिंपरे पिकून सुवास सुटल्यावर पोराबाळांची झिम्मड या झाडांखाली होई. दुष्काळ पडला की, उंबराच्या हिरव्या दोड्या शिजवून गोरगरीब खात. एका मोठ्या दुष्काळात आमच्या गावच्या गणू गोविंदाने आपली गुरे या पिंपळाच्या डहाळ्या घालून जगविली होती. गावच्या शाळेत असताना या पिंपळा-उंबराखाली हिंडून मीसुद्धा

पिंपरे-उंबरे वेचली आहेत. त्यांची चव आता जीभ विसरली होती. ही फळे खाताना मनाला आता संकोच वाटला असता; पण पिकल्या उंबराची चव मी फिरून घेणार होतो. हिरव्या दोड्यांनी तोठरा बसल्यावर ओढ्याचे पाणी ओंजळीने पिणार होतो.

भाद्रपदात भरून आलेला ओढा पुढे उन्हाळ्यापर्यंत झुळुमुळु वाहता राही. ठिकठिकाणी ओली वाळू उघडी पडे. लव्हाळ्याचे ढुंबे वाढत. पोपटी रंगाचे शेवाळे साठल्या पाण्यावर पसरले जाई. या शेवाळाखाली आणि लव्हाळ्याच्या मुळ्यांतून मासे वाढीला लागत. खडक-दरडीच्या बिळांतून खेकडे तयारी धरीत. बेडकुळ्या अंड्यांची माळ घालीत. साचलेल्या पाण्यावर लांब पायांच्या पाणनिवळ्या स्केटिंग करीत. माशांवर, बेडकुळ्यांवर खंड्या आणि बगळे टपून असतात, तशी मोमिनांची पोरेही टपून असत. उन्हाच्या वेळी ती धोतराने मासे धरीत; तपेलीमध्ये भाकरीचे तुकडे घालून तिच्या तोंडाला फडके बांधीत. या फडक्याला भोक पाडून ते तपेले धारेला ठेवून देत. भाकरीच्या नादाने मासे भोकातून तपेलीत शिरत आणि तपेलीतून मोमिनांच्या तव्यावर जाऊन पडत. महाराची मुले खेकड्याच्या पाठीमागे लागत. पक्षी, माणसे यांप्रमाणेच ओढ्यातील विरोळे-सापही बेडक्यांचा आणि माशांचा फन्ना उडवीत. डोकरा मासा फार चिवट असतो. जाळ्यात सापडला, म्हणजे धारेत रडणाऱ्या आपल्या बायकोला तो म्हणतो, "अगं, रडतीस का? मी अजून परत येईन. तव्यावरून माघारी येईन."

असा डोकरा मासा कधी विरोळ्याच्या जबड्यात सापडतो. सापडला की, तो फार धडपड करतो. चाव्याने मरत नाही आणि धडपडीमुळे गिळताही येत नाही, अशी विरोळ्याची फजिती होते. मग विरोळा काठाशी येतो आणि तोंडात धरलेल्या डोकऱ्याला तापल्या वाळूत भिरकावून देतो. पाण्याबाहेर पडलेला डोकरा उड्या घेत पुन्हा पाण्याकडे येतो. आला की, तो पाण्यात पडण्याआधीच विरोळा त्याला पुन्हा धरतो आणि पुन्हा वाळूत भिरकावून देतो. डोकरा मासा पुन्हा उड्या घेत पाण्याकडे येऊ लागतो, पण पाण्यातला मासा बाहेर किती वेळ राहणार आणि तापल्या वाळूचे चटके तरी किती सहन करणार? अखेरशेवटी विरोळ्याच्या तोंडात त्याला निमूट मान द्यावी लागते.

लहानपणी मोमिनांच्या पोरांच्या संगतीने मी मासे धरण्यात मोठा तरबेज झालो होतो. अंघोळीला गेलो की, तिसऱ्या प्रहरापर्यंत तपेलीभर मासे पकडून मी घरी येई. आईची नजर चुकवून हे मासे आमच्या मांजरीला खाऊ घाली, नाहीतर परसातल्या आडात सोडून देई. लहानपणीचे ते कसब अद्याप हातात राहिले आहे का, हे

अलीकडे कधी अजमावले नाही.

जसजसा उन्हाळा जवळ येऊ लागे, पावसाचे मान कमी होई, तसतसे ओढ्याचे पाणी नाहीसे होऊ लागे. धुण्या-पाण्यासाठी बायका फिरून आडविहिरी शोधू लागत. उमेदवार पोरे रामप्रहरी विहिरीवर शड्डू ठोकीत. गुराख्यांशिवाय ओढ्याकडे पाण्यासाठी म्हणून कुणी फिरकेनासे होई. इतकेही झाले, तरी ओढ्यात कुठे कुठे पाणी राही. गुराखी पोरे कमरे-छातीइतके खड्डे घेऊन गुरांना पाणी दाखवीत.

पकुर्ड्यांचे थवे पाण्यावर येऊन सकाळ-संध्याकाळ पडत. पाण्यासाठी म्हणून पटांगणात येऊन उतरलेला पकुर्ड्यांचा हा थवा पोरांच्या नजरेला पडला की, एखादे पोर थव्याभोवती रिंगण धरून पळे व तोंडाने मंत्र म्हणे,

"भुई भुई डोळं, पकुर्डी लोळं
भुई भुई डोळं, पकुर्डी लोळं!"

आपल्या अंगाभोवती गोल फिरणाऱ्या पोराकडे पाहून पकुर्ड्या जमिनीबरोबर दबत. त्या तशा दबल्या की, दुसरे पोरगे काठी घेऊन जाई आणि हुरड्याच्या पिशावर धोपाटी टाकावी तशी धोपाटी पाखरांच्या थव्यावर टाकी. एक-दोन पाखरे सापडत, बाकीचा थवा टँवऽटँव ओरडत निघून जाई. रानातच काटक्यांचा जाळ करून पोरे या पकुर्ड्या खमंग भाजीत आणि त्यांचा चट्टामट्टा करीत.

होता-होता ओढ्याचे पाणी पार आटून जाई. सळनळीत मोकळी वाळू चोहीकडे दिसू लागे. आमच्या गावी तालीम नाही. उमेदवार पोरे पाणवठ्याच्या जागी झोंब्या खेळत. पिराचा उरूस भरला, म्हणजे गावोगावच्या लोकांना चिट्ठी जाई आणि या वाळूतच कुस्त्यांचा जंगी फड उभा राही. ऐन उन्हाळ्यात मात्र वाळूची लाही फुटावी असे ऊन पडे आणि ओढा अगदी ओकाबोका दिसे. बेंदराच्या अगोदर ज्या धारेने गावची बैले पांढरीफेक केलेली असत, नागपंचमीच्या आधी ज्या धारेत तरण्या मुलींनी दिवे धुतलेले असत, गणपतीच्या शाडूच्या मूर्ती आणि नवरात्रातल्या घटांच्या माळा ज्या धारेने पोटात घेतलेल्या असत; ती धार कुठेच दिसेनाशी होई आणि ओढा अगदी कोरडा ठणठणीत होई.

स्वच्छ धारेतल्या थंड पाण्यात पडून कितीतरी वर्षे लोटली होती! आता गावी गेल्या-गेल्या पहिली अंघोळ पांढऱ्या खडकाजवळच्या ओढ्यात करायची होती. अंगावरचे कपडे आपल्या हाताने पांढरेफेक धुऊन उन्हाला कडक वाळवायचे होते! ओल्या वाळूत लहान झरा काढून त्याचे पाणी ओंजळीने प्यायचे होते. उंबराची उंबरे

खायची होती, पिंपळाची पिंपरे खायची होती. पिंपरणीच्या पानाची पिपाणी करून वाजवायची होती. शेवाळाखालचे मासे हातांच्या चंबूत धरता येतात का, हे पाहायचे होते!

गावात पोचलो आणि सकाळी उठल्या-उठल्या आईला म्हटले, "मी आज अंघोळीला ओढ्याला जातो. पाणी नको तापवूस! ओढ्यात अंघोळ करून फार दिवस झाले."

आई म्हणाली, "ओढ्याला पाणी नाही रे बाबा! विहिरीला जा पोहायला जायचं तर!"

मी आश्चर्याने विचारले, "ओढ्याला पाणी नाही?"

"नाही, चिमणीला पिण्यापुरतंसुद्धा नाही."

मला या गोष्टीचे नवल वाटले. प्रत्यक्ष डोळ्यांनी पाहावे म्हणून मी घराबाहेर पडलो. ओढ्याकडे आलो. काठावर उभे राहून ओढ्याकडे पाहिले आणि पूर्वी सुस्थितीत पाहिलेल्या मित्राला दहा-बारा वर्षांनी दुःस्थितीत पाहिल्यावर जसे वाटावे, तसे मला वाटले. दृष्टीच्या टप्प्यात होता, तेवढा सगळा ओढा कोरडा ठणठणीत होता. पलीकडे असलेल्या टाकाऊ करलरानातील माती वाहून येऊन ओढ्यात बसली होती आणि ओढ्याचे पात्र अगदीच रोडावले होते. दोन्ही काठची निरगुडी-तरवडाची, बाभळी-करंजाची झाडे कुठच्या कुठे नाहीशी झाली होती. दोन्ही काठ रखरखीत दिसत होते. पाणवठ्यावरचा तो औदुंबर कुठे दिसत नव्हता. तो अश्वत्थ वृक्षसुद्धा आता अगदी रोडावला होता. करलाची माती बसून कठीण झालेल्या ओढ्यातून चालत-चालत मी पार पांढऱ्या खडकापर्यंत गेलो. पुन्हा परत येऊन खाली पार महारवाड्यापर्यंत गेलो आणि उदास मनाने माघारी येऊन ओढ्याऐवजी घरच्या आडावर अंघोळ केली.

"आई, खरंच की गं! ओढ्याला पाणी नाही. पाणी नाही ते नाही, काठावरची झाडीही नाही!"

"बाबा रे, अलीकडे माणसं लबाड झालीयेत. देवधर्म, कुळाचार पाळीनाशी झालीयेत. पाऊस गेला."

"पाऊस अजिबात गेला?"

"पडतो, पण पूर्वीसारखा नाही. त्यात आता ठिकठिकाणी जमिनीत ताली पडल्या, बांधबंधारे झाले, सरकारनं बंडिंग सुरू केलं. पावसाचं पाणी सगळं जमिनीत जागोजागी अडविल्यावर ओढ्याला पाणी कसं येईल?"

"पण आई, झाडं गं कुठं गेली?"

"तोडली लोकांनी. गांधीवधाच्या जाळपोळीत ब्राह्मणांची सगळी घरं जळाली.

पुन्हा बांधली, त्याला काय कमी झाडं लागली? निरगुड्या, बाभळी लोकांनी जाळण्यासाठी तोडल्या. सरपणाची फार वानवा बघ आपल्या गावाला! कमरेएवढं झुडुप आलं की, लोक आता त्यावर कुऱ्हाडीचा घाव घालतात. माझ्या लहानपणी किती झाडं होती गावाला; आता काही राहिलं नाही... उजाड झालं गाव!''

"उंबरसुद्धा सरपणासाठी तोडला?''

"उंबर फार जुना व्यंकटेशा. तो वठला. वठल्यावर त्याला ठेवून काय करायचं? लोकांनी तोडून त्याचं सरपण केलं.''

"मग आता पावसाळ्यातसुद्धा ओढ्याला पाणी येत नाही?''

"येतं... थोडं. लोंढा पुढे येतो आणि मागं कोरडं पडत येतं. ओढा आला म्हणून कुणी सांगावं आणि किती पाणी आलं म्हणून पाहायला जावं, तोवर पाणी आटून जातं. चार दिवससुद्धा धार राहत नाही.''

माझे मन मोठे उदास झाले. कुणाचाही ऱ्हास पाहून मन उदास होतेच. त्यात हा माझ्या गावचा ओढा होता आणि माझ्या किती रम्य स्मृती त्याच्याभोवती होत्या! त्याचे सगळे वैभव मी पाहिले होते आणि आज त्याची विपन्न अवस्था पाहून माझे मन उदास झाले होते.

मी जेव्हा आमच्या गावच्या प्राथमिक शाळेत शिकत होतो, तेव्हा ओढ्याचे-माझे हितगुज होते. शाळा चुकवून याच ओढ्याच्या काठाने मी हिंडत असे. कुणाही बरोबरीच्या मुलाशी भांडण झाले की, संध्याकाळी याच ओढ्याच्या वाळूत उभा राहून मी माझ्या प्रतिस्पर्ध्याला द्वंद्वाचे आव्हान देत असे. या युद्धात कधी मी वाळू खात असे, तर कधी प्रतिस्पर्ध्याला वाळू चारीत असे. न्हाव्याच्या शंकरकडून कुस्तीतील डावपेच मी याच वाळूत शिकलो. आठवड्यातून एक दिवस जो खेळाचा तास असे, त्यात आम्हा मुलांचा घोळका घेऊन सोनार मास्तर याच वाळूत येत.

याच ओढ्यातील शिरगोळे गोळा करून माझ्या आईला मी स्वत: बनविलेली रांगोळी देत असे. त्या पांढऱ्या शुभ्र रांगोळीनेच आई अंगणात गोपद्मे काढीत असे आणि सणासुदीच्या दिवशी तीच रांगोळी माझ्या भावंडांच्या पानांभोवती कमानी करीत असे.

याच ओढ्याकाठच्या करंजीच्या करंज्या वेचून मी त्या गावच्या सदाशिव वाण्याला देत असे आणि त्याबदली मिळालेल्या चार-दोन पैशांतून चणे-फुटाणे खात असे. आपल्या स्वत:च्या कमाईचे चणे-फुटाणे भावंडांना देताना मला केवढा अभिमान वाटत असे!

आणि याच ओढ्याच्या वाळूत माझ्या वडिलांचे दहन झाले. ती जागा दिसताच माझ्या मनात कशी कालवाकालव होते! वाळूत पाय रुतवून मी अजूनही कसा स्तब्ध उभा राहतो! चिरा वा पणती नसलेली ही जागा माझ्या मनात कसा कल्लोळ

उत्पन्न करते!

असा हा ओढा. त्याची काय ही अवस्था झाली होती?

"आई, गावाला ओढा नाही म्हणजे ते गाव गं कसलं? आज ओढ्याकडे पाहून वाटलं, गावची शोभा नाहीशी झाली.''

"खरं रे बाबा! पण आता बुध्याळचं तळं झालं आहे. आपल्या गावाला कालव्याचं पाणी मिळणार आहे. कालव्याचं पाणी सारखं सुटेल. जमिनी पिकतील. झाडंझुडं पुष्कळ होतील गावाला. पाच-दहा वर्षांत कसं हिरवंगार होईल! भरभराटीला येईल. आमचं काय, संपलं आता; पण तुम्हाला पाहायला मिळेल सगळं!''

घडामोडी, बदल हे होणारच. जुने नाहीसे होणार आणि त्या जागी नवे जन्म घेणार, हा सृष्टीचा नियम आहे. त्याबद्दल माझी काही तक्रार नव्हती. पुढे येणारा हिरवा भविष्यकाळ मला सुखावत होता, अधीर करत होता. हा काळ काही फार दूर नव्हता. माझे डोळे उद्या खचितच निवणार होते, त्याबद्दलही मला शंका नव्हती; पण तूर्त तरी माझे मन उदास झाले होते.

■

। सात ।

देऊळ

धन्य अंजनीचा सुत,
त्याचे नाव हनुमंत
ज्याने सीताशुद्धि केली,
राम-सीता भेटविली!

मारुतीचे देऊळ हे म्हणण्यासारखे असे एकच देऊळ गावात आहे. आणखीही एक खंडोबाचे जुनेपुराणे देऊळ आहे; पण ते गावापासून जवळजवळ मैलभर दूर, माळावर आहे. पूर्वी पांढर तिथेच होती म्हणतात. खंडोबाचे देऊळ पहिले गावाला लागूनच होते. गावातल्या बायका पहिल्या कोंबड्याला उठायच्या आणि दळणे घालायच्या अगोदर जात्यांचे खुंटे खटाखटा ठोकायच्या. त्या कटकटीने खंडोबाचे टकुरे उठू लागले, म्हणूनच देवानेच गावाला उठवून लांब घालविले, असे फारकतीचे कारण सांगतात; पण या फारकतीमुळे आता गंमत अशी झाली आहे की, खंडोबा अगदीच एकटा पडला आहे. त्याला माणसाचा शब्द लवकर ऐकू येत नाही. रात्री अंधारी दिवा दिसत नाही. खांडाला टांगलेली घंटा उगीच कधी आठवण झाल्यासारखी आवाज करते. क्वचित कधी कुणाचा जोडा बाहेरच्या पायरीशी राहतो. भंडारा आणि खोबऱ्याची वाटी या चंपाषष्ठीची त्या चंपाषष्ठीपर्यंत खंडोबाला बघायला मिळत नाही. माणसाचा वावर नसल्यामुळे देवाचे देवगण गप्प झाले आहेत.

अशी गोष्ट मारुतीच्या बाबतीत नाही. त्याने जसा राम छातीत ठेवला होता, तसेच गावाने मारुतीला ठेवले आहे.

मारुतीचे देऊळ दिसायला साधारणच आहे. देवळाचे म्हणून विशेष बांधकाम असते, तसे नाही. दहाएक खणांची साधीच

इमारत आहे. आठ खण सभामंडप आणि दोनएक खण गाभारा. मूर्तीही आपली साधीच आहे. कुठे तांबडा मारुती असतो, कुठे उभा मारुती असतो; आमचा हा मारुती साधाच आहे. मूळच्या पाषाणमूर्तीवर आज अनेक वर्षे भक्तगणांनी तेलाचे 'म्हाजन' केल्यामुळे मारुती काही वेगळाच झाला आहे. पाषाणाचा नसून तो सरसासारख्या एखाद्या पदार्थाचा केला आहे, असे वाटते. कोणाचा कंदील गळू लागला किंवा तांब्या-घागरीला भोक पडले, म्हणजे मूर्तीच्या आजूबाजूची मेणी लोक काढून नेत आणि ती चिकटवून गळणारा कंदील, भांडे तात्पुरते दुरुस्त करत.

रुईच्या पाना-फुलांच्या माळांनी लोक मूर्तीला शृंगारतात. छान ठळक गंधही लावतात. मार्तंडकाका कुलकर्णी दर शनिवारी मारुतीची चांगली पूजा करीत, मारुतीच्या रुंद छातीवर पांढऱ्या गंधाने 'श्रीराम' अशी अक्षरे काढीत, तेव्हा हनुमानाचे 'रामदूत' हे नाव सार्थ होत असे. मारुतीला सोबत म्हणून की काय, कोण जाणे; गजाननाचीही एक लहानशी मूर्ती गाभाऱ्यात आहे, पण तिला वेगळे अस्तित्व नाही. गाड्याबरोबर नळ्याची यात्रा होते, तशी गजाननाचीही वासपूस होते, इतकेच.

मंडपातून गाभाऱ्यात जाण्यासाठी पूर्वी आडकाठी नव्हती. देव आणि भक्त यांच्यात दार नव्हते, पण मध्ये गावातील वांझोट्या बायकांची संख्या जास्त झाली. साहजिकच या बायका देवरुषांनी सांगितल्यानुसार रात्री-अपरात्री येऊन मारुतीचे पाय धरू लागल्या. त्याला त्रास होऊ लागला. घाम फुटू लागला. गावकऱ्यांच्या हे ध्यानात आले, तेव्हा त्यांनी मध्ये सळ्यांनी बंद असलेले एक दार केले. रात्री ते बंद करण्याचा हुकूम गुरवाला केला. त्यामुळे आता मारुतीला बायकांचा थेट उपद्रव होत नाही.

माझ्या लहानपणी सभामंडपाच्या तिन्ही भिंतींवर रंगीत चित्रे होती. कुणा चिताऱ्याने रंगविली होती, कोण जाणे! पण तो चांगला कसबी असावा. पोथीतील चित्रांच्या धर्तीवर काढलेली ही चित्रे मोठी सुरेख होती. बायकोला खांद्यावर घेऊन आई-वडिलांच्या गळ्यात दावे बांधलेला पुंडलिक, रामपंचायतन, वडाला वाण घेऊन निघालेल्या सुवासिनी, गावापुढे पोथी वाचणारा ब्राह्मण, चिमण्या, पोपट, मोर आणि माकडे यांनी गजबजलेले आंब्याचे झाड – असली नाना चित्रे कितीतरी वर्षे देवळात होती. पुढे जुना गिलावा ढासळला, म्हणून नवा करावा लागला आणि ही चित्रे नाहीशी झाली. ती पुन्हा कुणाकडून काढून घ्यावीत, असे गावाला वाटले नाही. अलीकडे-अलीकडे आमच्या गावच्या मार्तंडा चौगुले या कसबी माणसाने पत्रा कातरून केलेली मारुती, बैल, गाय, पोपट असली चित्रे देवळाच्या खांबावर ठोकली आहेत. यामुळे कल्हई लावण्यापासून

पत्र्याच्या मोटा ठोकण्यापर्यंत सर्व व्यवसाय करणाऱ्या चौगुल्याचे नाव सर्व जगात जाहीर झाले आहे. या कामी त्याला कुणाची परवानगी घ्यावी लागलेली नाही. एखाद्याला आपले कसब जनलोकांपुढे मांडायचे असेल, तर तो ते मारुतीच्या देवळात मांडू शकतो. त्याला कोणी हरकत घेत नाही. इतकेच काय, पण फिरता कासार भांडीकुंडी घेऊन आला, तर त्याला आपले दुकान देवळात थाटता येते.

खंडोबाची पालखी दर वर्षी निघते. ती पालखी आणि अब्दागिऱ्या मारुतीच्या सभामंडपातील आढ्यालाच वर्षभर टांगलेल्या असतात. हनुमान जयंतीला उपयोगात आणण्यासाठी कधी काळी केलेला एक लहान रंगीत पाळणाही पालखीच्या जोडीने आढ्याला टांगलेला दिसतो. याशिवाय देवळात तसबिरी वगैरे काही नाहीत. खांडावरून वचनेही लिहिलेली नाहीत. अगदी अलीकडे 'पायताणे बाहेरच ठेवावीत' अशी एक सूचना मात्र दिसते. चुकून कोणी हा नियम मोडला, पायताणे जोत्यावर ठेवली, तर त्याला दंड म्हणून एक नारळ फोडावा लागतो. नारळाचे पाणी आणि एक लहान तुकडा मारुतीला मिळतो; बाकीचा नारळ देवळात असलेले लोक खातात.

दिवसातून एकदा तरी गावातील माणूस देवळाकडे चक्कर मारतो. यात दर्शन घेणे हा हेतू असतोच, असे नाही. देवळाकडे गेले, म्हणजे चार लोकांच्या गाठीभेटी पडतात, नवे-जुने कळते. रानामाळातल्या कामामुळे किंवा गोड वाटत नसल्यामुळे एक-दोन दिवस जर देवळाकडे जाता आले नाही, तर अगदी चुकल्यासारखे होते. फलटणीत असलेला किंवा मुंबईला गोदीत काम करणारा माणूस रजेवर आला, म्हणजे त्याला देवळाकडे जाण्याची ओढ असते. एकदा देवळाकडे गेले की, त्याच्या येण्याची बातमी गावात सर्वांना कळते. मोमिनांची पोरे मुंबईला अंड्याचा व्यापार करतात. तीसुद्धा गावी आली म्हणजे देवळाकडे येतात. आमचे दादा रक्तदाबाच्या विकाराने आजारी होते. त्यांना घराबाहेर पडायला बंदी होती. सर्वांचा डोळा चुकवून ते केव्हातरी उठून जात आणि देवळाच्या पायरीवर जाऊन एकटेच बसत.

नव्या वर्षाच्या सुरुवातीला उभे गाव देवळात 'निंब खाण्यासाठी' जमते. निंबाचा कडू पाला चिंच, गूळ, खोबरे घालून गुरव तयार करतो. हा कडू-गोड पाला खाण्यासाठी जमलेल्या लोकांना गावचा जोशी वर्षफल सांगतो. व्यक्तिशः कोणाही माणसाला आपल्याला गुरू कोणता आहे, हे त्याच्याकडून काढता येते; पण त्याला एक पैसा भरावा लागतो. बयत्याच्या बदलात फक्त वर्षफलच येते. वर्षफल ऐकून आणि निंब खाऊन लोक घरोघरी जातात.

निंब खाण्याचा हा समारंभ आणखीही एका वेगळ्या कारणासाठी महत्त्वाचा

असतो. त्या दिवशी गावचे म्हणून जे पैसे असतात, त्यांचा हिशेब पुरा होतो. उरूस-जत्रेच्या निमित्ताने किंवा आणखी कसल्या सामुदायिक कामाच्या निमित्ताने घरटी वर्गणी करून जमविलेला पैसा त्या-त्या कारणासाठी खर्च होतोच, असे नाही. असा शिल्लक पैसा दहा जणांच्या विचाराने कोणा गरजूला व्याजाने दिला जातो. तो व्याजासहित गावापुढे मांडण्याची हीच वेळ असते. ऋणकाने ही रक्कम गावापुढे नाही मांडली, तर गाव निंब खात नाही. त्यामुळे जीव गहाण ठेवून ही रक्कम मांडावी लागते. या सर्व पैशाच्या भानगडीत बाचाबाची होते. निंब खाण्यासाठी जमलेल्या मंडळींत कडवटपणा येतो.

पाडव्याला निर्माण झालेला कडवटपणा हनुमान जयंतीच्या सुंठवड्यापर्यंत सहसा राहत नाही. दिवस उगवण्यापूर्वी हनुमानाचा जन्म, तर रात्रीपासूनच भजनाचा गजर देवळात सुरू होतो. कधी हातात टाळ न घेणारेही टाळाचा कीस पाडतात. गळा नसलेलेही गळ्यावर गातात, कपाळावर घाम फुटेपर्यंत आणि डोईचे मुंडासे गळ्यात येईपर्यंत लोक आवाज उंचवतात आणि माना झुंजवतात. वीणेच्या तारा तापतात आणि मृदंगाला वरचेवर कणकेचा मुखलेप करावा लागतो. असा मधुर ध्वनी पहाटेपर्यंत होत असतो. तिकडे पूर्वेला तांबडे फुटले, अंघोळी करून माणसे देवळात येऊ लागली, म्हणजे भजन अगदी शिगेला पोहोचते. वर्षभर देवळाच्या भानवटीला अडकून राहिलेल्या पाळण्यात अंजनीचा सुत जन्म घेतो, फुले पडतात आणि उगवतीला लालभडक सूर्याचा गोळा वर येतो.

राम नवमीला ज्या पाळण्यात कौसल्येचा राम जन्म घेतो, त्याच पाळण्यात हनुमानाचा जन्म होतो आणि पुढे कृष्णाष्टमीला यशोदेचा कान्हा जेव्हा अवतार घेतो, तेव्हाही तोच पाळणा असतो. हे तिन्ही जन्म मारुतीच्या देवळातच होतात. तीच मंडळी, तेच देऊळ, तोच पाळणा – पण प्रत्येक वर्षी जन्म नव्याने होतात!

या जन्मोत्सवाप्रमाणे 'पोथी लावण्याचा' समारंभही महत्त्वाचा समजला पाहिजे. वर्षातून एखादी-दुसरी पोथी लावली जाते. गावच्या शिवेलगतच होऊन गेलेल्या श्रीधरस्वामींचा हरिविजय, पांडवप्रताप लावला जातो; तेव्हा देवळात फार गर्दी होते. बायाबापड्या, पोरेठोरे सगळी जमतात. पोथी वाचणाऱ्याने अर्थ सांगितला पाहिजे, असे नाही. मी जेव्हा पांडवप्रताप वाचत होतो, तेव्हा बरीच वर्षे मास्तरकी केलेले गोपाळतात्या अर्थ सांगायला होते. हा अर्थ सर्व जण लक्षपूर्वक ऐकतात. महार मंडळी बाहेर बसलेली असतात. गवंड्याचा धंदा करणारा, काव्य करता येणारा गुणी मारुती महार हा महार मंडळींपैकी सर्वांत जाणता श्रोता. हलक्या आवाजात तो आपल्या मंडळींना अर्थाची फोड करून

सांगतो. श्रोते वरचेवर माना डोलवतात. मधूनच अर्थ सांगणाऱ्याला दृष्टान्त देतात. रात्री अकरा-बाराच्या सुमाराला जेव्हा पोथी संपते; तेव्हा पोरे झोपी गेलेली असतात, बायांचे डोळे पेंगत असतात. पोथी संपताच घरी जाण्याची धांदल होते. खोच्या-ओट्यातून आणलेल्या रताळ्याच्या काचऱ्या, शेंगदाणे पोथीपुढे ठेवून सर्व जण नमस्कार करतात. शेंगदाण्याचा प्रसाद वाटला जातो आणि पोथी संपते. महार मंडळी उशिरापर्यंत देवळापुढेच बसतात आणि गुणी मारुतीकडून ब्रह्म, माया वगैरे भानगडी ऐकतात.

रोज सकाळी मारुतीला पाणी घालणारी दहा-वीस मंडळी गावात आहेत. हे भक्त गण भल्या सकाळीच चंबू आणि धोतर घेऊन विहिरीवर जातात. 'हर गंगे, हर भागीरथी' म्हणून विहिरीत उड्या घेतात. वाफा मारीत असलेले विहिरीचे कोमट पाणी चंबूत घेऊन ओले धोतर गाळीत मारुतीच्या देवळाकडे येतात. गार पाण्याचा चंबू मारुतीच्या डोक्यावर ओततात. रोज वेगवेगळ्या तीर्थांचे नाही, तरी विहिरींचे पाणी मारुतीरायाला स्नानासाठी मिळते.

शनिवारी संध्याकाळी मारुतीच्या दिव्याला तेल घालणारी बरीच मंडळी गावात आहेत. नारायण वाणीसुद्धा लहानशा मापातून टाकभर तेल आणून देवाला घालतो. 'गुणी मारुती' कापूर, तेल घेऊन देवळापाशी उभा राहतो आणि कोणी स्पृश्य आला की, त्याच्या हातून कापूर लावतो. दिव्यात तेल घालतो. पांडा न्हावी, विठोबा कुंभार, संभू परीट आदी अठरापगड जातींचे लोक आपल्या तेलाने मारुतीचा दिवा पेटता ठेवतात.

हा दिवा काही वेळ दंडाच्या तेलावरही जळतो. आगळीक केलेल्या माणसाचा देवळापुढे न्यायनिवाडा होतो. अपराध्याला 'मारुतीला चार घडे तेल द्यावे' अशी जबर शिक्षा होते. शिक्षेपरी शिक्षा होते आणि देवाला तेलही मिळते.

देवळासमोर होणारा न्यायनिवाडा देवाच्या नावानेच होतो. न्यायाधीश मारुती असतो. तो पाचांच्या तोंडून बोलतो, इतकेच. असा एखादा खटला-खोकला महिन्यातून देवळापुढे येतोच. कधी टोपा महाराची सून नांदायचे नाकारते, तर कधी मुसलमानाच्या रानात परीट गुरे घालतो. कधी बयाजी महार सुखदेव यलमाराला उलटून बोलतो, तर कधी नारायण वाणी आपल्या आईला नीट वागवीत नाही. वरवर लहान दिसणाऱ्या या बाबींचा देवळापुढे फार विचारपूर्वक खल केला जातो.

देवळासमोर कुठला खटला यावा आणि पाटलाकडे कुठली फिर्याद जावी, याबद्दल काही नियम नाहीत; पण हा पोच सर्वांनाच असतो. रिपोर्ट, लेखी जबान्या, अटक, तुरुंग असल्या उठाठेवी देवळापुढल्या कोर्टाला कराव्या लागत नाहीत. एखादा आरोपी फार खट असला, तर त्याला रामोश्याकडून तालुक्याला

पाठविण्याचा फार्स केला जातो. जेमतेम चारएक फर्लांग वाट चालल्यावर आरोपी कबूल होतो आणि परत फिरून देवळापुढची शिक्षा भोगतो.

देवळात मारुतीखेरीज कुणी नाही, असे क्वचित घडते. सकाळी कामाची माणसे रानामाळात जात असतात आणि बिनकामाची माणसे देवळाच्या पायरीवर पाय सोडून बसल्या-बसल्या त्यांची चौकशी करीत राहतात –

"काय बंडा, आज काय काम काढलंय?"

"नांगरट पुरी झाली का रे तुकाराम?"

"ऊस लावून घ्या ह्या घाईतच दादा."

असे कामासंबंधी विचारीत-विचारीत वेळ बरा जातो. दुपारी जेवणवेळ झाली की, ही बिनकामाची मंडळी उठून घरोघरी जातात.

कुणब्यांपैकी कोणी बिनकामाचे सहसा नसते. असतात ते ब्राह्मण. दुपारी जेवण झाल्यावर मारुतीच्या देवळात येऊन गाढ झोपण्याची सवय बऱ्याच जणांना असते. सणासुदीला जेवण लवकर होईना म्हणजेही ही मंडळी देवळात येऊन गाढ झोप काढतात. अशा निरुद्योगी लोकांखेरीज वयाने झालेली, घराने दुर्लक्ष केलेली माणसेही देवळाचा आसरा घेतात. देऊळ हेच त्यांचे घर असते. त्यांची अंथरुणे-पांघरुणे देवळाच्या खुंट्यांवर राहतात. त्यांच्या हातांतल्या आधाराच्या काठ्या देवळाच्या कोपऱ्यात उभ्या राहतात. ही जुनी, टाकलेली माणसे देवळाच्या खांबांना पाठी देऊन दोन्ही तळहात एकमेकांवर टेकवून जुन्या आठवणी एकमेकांना सांगतात. मधूनच देवाचे नाव घेतात. कष्टी होऊन गप्प होतात. पत्ते खेळत, जुन्या गोष्टी बोलत, एकमेकांच्या सोबतीने उरले आयुष्य घालवता-घालवता यांपैकी एकेक माणूस कमी होतो. उरली मंडळी काही दिवस विरक्तपणे बोलतात. उदास होतात. आपली वेळ जवळ आली, असे म्हणतात. देवळाच्या खुंट्या, खांब दुसऱ्यांसाठी मोकळे होतात.

गुरांचा, माणसांचा डॉक्टर, गुन्ह्याच्या तपासासाठी आलेला फौजदार, दफ्तरतपासणीसाठी आलेला मामलेदार – या लोकांचा मुक्काम जेव्हा गावात पडतो; तेव्हा मारुतीच्या देवळाचे रूप बदलून जाते. देवळात आडवे जाजम लावून आडोसा केला जातो. गादी, तक्क्या, डेस्क असले देवळात कधी न दिसणारे सामान दिसू लागते. खुंट्यांना साहेबी टोपी, छत्री असल्या वस्तू अडकविल्या जातात. नेहमी देवळात असणारी म्हातारी माणसे वनवासी होतात; वळकट्या घेऊन त्यांना घरी जावे लागते. बिनकामाची माणसे जेवण झाल्यावर देवळाकडे न येता घरी राहतात. त्यांचा वेळ जाता जात नाही. पाटील, कुलकर्णी, तराळ, रामोशी ही मंडळी हवालदिल झाल्यासारखी दिसतात.

हरिनामाऐवजी वेगळाच गजर देवळात होऊ लागतो. घंटा गप्प राहते आणि साहेबाचा रागीट आवाजच घणघणत राहतो. गॅसबत्तीच्या उजेडात गाभाऱ्यातील दिवा दिसतच नाही. एखाद-दुसरी रात्रच साहेबाचा मुक्काम देवळात असतो; पण तेवढ्याने निवळशंख पाण्याचा झरा कोणी पाय घालून गढुळावा, तसे होते.

झरा निवळायला वेळ लागत नाही. अंमलदार गेला की, खुंट्यांवर पुन्हा वळकट्या दिसू लागतात. रिकामी माणसे जोत्यावर पाय सोडून आल्या-गेल्याची चौकशी करू लागतात. लहान पोरे देवळाच्या घंटा, कोनाडे व खुंटे पुन्हा वेंघू लागतात.

इतर गावांच्या देवळांबद्दल मला माहिती नाही; पण आमच्या गावचे मारुतीचे देऊळ ही एक विविध कार्यकारी संस्था आहे. उन्हाच्या वेळी लहान मुले खेळण्यासाठी ती एक उत्तम जागा आहे. म्हाताऱ्या-कोताऱ्यांना तोच निवारा आहे. गावाने सामुदायिकरीत्या करावयाची कामे इथेच ठरतात. गावातील बारा भानगडी इथेच उजेडात येतात. फूट पडते, ती इथेच पडते. एखाद्याला वहिमाने मारायचे झाले, तर तेही इथेच होते.

गावच्या वर्गणीचे पैसे एक साल एकनाथ कुलकर्ण्याने घेतले आणि तीन वर्षे झाली, तरी पाडव्याला त्याने ते मांडले नाहीत. गावाला तो बधलाच नाही. लोक फार कावले. देवळाला फरशी घालावी, असा मनसुबा होता; पण गावचे येणे वसूल होत नव्हते. एकनाथ पैसे द्यायला तयार होता; पण त्याचे म्हणणे असे की, बाकी रक्कम जमवून तुम्ही फरशी आणायला निघा, मी पैसे देतो. आणि गावचे लोक म्हणत होते, गावची शिल्लक मांडा, मग आम्ही फरशीसाठी वर्गणी देतो. या घोळात फरशी तशीच राहिली होती.

शेवटी गावच्या तरुण पोरांनी डाव केला आणि एके दिवशी फरशी घालण्यासाठी देवळाची जमीन उलगडून ठेवली. अशाने तरी फरशी होईल, असे त्यांना वाटले; पण आठ दिवस झाले तरी एकनाथ बधला नाही आणि गावातल्या लोकांनी वर्गणी दिली नाही. उकरलेली देवळाची जमीन तशीच राहिली.

झोपायला येणाऱ्या लोकांची फार गैरसोय झाली. त्यातल्या त्यात, देऊळ हाच ज्यांना निवारा होता, त्यांचे फार हाल झाले. एका विधवा मुलीशिवाय घरात कोणीही नसलेले गणपतीआप्पा, साथीच्या सालात बायको-मुले मरून अगदी एकाकी राहिलेले विसुतात्या, सुनेने आणि मुलांनी टाकून दिलेले सोनार बाबा, बायको कुठे नाहीशी झालेली अन् पोरगा खुळा निघालेला असे मार्तंड काका – या लोकांनी काही दिवस वाट पाहिली आणि शेवटी खराट्याने मुरूम-माती बाजूला करून अंथरुणापुरती जागा केली. पडक्या घरात बेवारशी कुत्री

जशी जागा करून झोपतात, तशी ही माणसे झोपू लागली. लोकांना कणव आली. फरशीची वाट न पाहता त्यांनी देवळाची जमीन पुन्हा पहिल्यासारखी करून घेतली.

सगळ्या अंगावर लहान-लहान आवाळू असलेली एक गुरवाची म्हातारी होती. म्हातारपणी तिला कोणी राहिले नाही, हातपाय चालेनासे झाले, तेव्हा एके दिवशी तिने मारुतीच्या देवळात अंथरूण आणून टाकले आणि मरेपर्यंत ती तिथेच राहिली.

म्हातारीने एक तांब्याभांडे जवळ ठेवले होते. काही पाहिजे असले, म्हणजे ती तांब्यावर भांडे वाजवायची. तो आवाज आजूबाजूच्या घरांतून ऐकू जायचा.

तो आवाज ऐकून माझी आई म्हणायची, ''ए, गुरवाची आजी बोलावतीये, काय पाहिजे वाटतं तिला!''

हातातले काम टाकून आई तिथे जायची. अंथरुणावर पडलेल्या म्हातारीला विचारायची, ''काय पाहिजे आजीबाई?''

मग म्हातारी हळू आवाजात म्हणायची, ''मला पाणी पाहिजे.''

मग तिला पाणी मिळायचे.

कधी जोरजोराने भांडे वाजू लागले आणि आई पाणी घेऊन गेली, तर म्हातारी म्हणायची, ''मला पानी नको. लिंबाचं लोणचं आणि तूपभात पाहिजे.''

तोही तिला मिळे. बोलायला-हलायला येत नसलेल्या म्हातारीने भांडे वाजविले, म्हणजे कुणी ना कुणी धावून जायचे. वाण्याची नबा, कुलकर्ण्यांची राधाबाई, माझी आई, सोनाराची वत्सलाबाई – धावून जाऊन तिचे सगळे करायच्या. लहान मुले, म्हातारी माणसे सगळी तिला मदत करायची. गुरवाची म्हातारी देवळात पडली आणि सगळ्या गावाने तिला सांभाळले. मग एके दिवशी ती केव्हातरी मरून गेली. भांड्याचा गजर बंद झाला.

अलीकडे देवळात म्हातारी माणसे दिसत नाहीत. ती निघून गेली आहेत. मी कितीतरी वर्षे पाहत होतो – सोनारबाबा, गणपतीकाका, विठुतात्या, आमचे दादा, तुकाराम कंडऱ्या ही मंडळी किती आवडीने देवळात जमायची. पत्ते, सोंगट्या खेळायची. इकडचे-तिकडचे बोलायची; पण त्यांना देवळाकडे जाणे आता बरे वाटत नाही. त्यांच्या बरोबरीचे कोणी उरलेले नाही.

यानंतरची पिढी आता हलके-हलके तयार होते आहे. आज देऊळ मोकळे वाटते, पण उद्या असा एक काळ येईल की, पुन्हा पाच-दहा जण बसू लागतील. आमचे बिटाकाका आता देवळात बसू लागले आहेत. पेन्शन मिळाल्यामुळे घरी आलेले बाबूराव मास्तर, धोंडू मास्तर, शंकरराव ही मंडळी

देवळाकडे जाऊ लागली आहेत. गणपतीअप्पाची एकुलती एक विधवा मुलगी आता तर पार थकली आहे. तिला कोणी राहिलेले नाही. तीसुद्धा आता देवळातच जाऊन पडते म्हणतात.

आणखी तीस-चाळीस वर्षांनी माझी पाळी येईल. मग मीसुद्धा आमच्या दादांसारखाच देवळात जात राहीन. माझी काठीही देवळाच्या कोपऱ्यात उभी राहील. माझ्या बरोबरीने बसायला माझ्या वयाचे आणखी कोणी येतील का, हे सांगता येत नाही. बऱ्याच जणांनी गाव सोडले आहे; पण मी तिथे खांबाला टेकून बसेन. जुन्या माणसांशी जुन्या आठवणी बोलेन; बोलता-बोलता गप्प होईन. तळवे एकमेकांवर टेकून देवाचे नाव घेईन.

– आणि काही दिवसांनी माझा खांब दुसऱ्यासाठी मोकळा होईल!

■

। आठ ।

दादा

दम्याने वाळलेले, पाठीत वाकलेले, डोईला पांढरा-पिवळा रुमाल बांधलेला, अंगात बंद गळ्याचा लांबडा कोट, खाली तांबडे झालेले जाडेभरडे धोतर, त्याचे लोळते टोक एका हातात धरून खोकत-खोकत दादा घरी यायचे.

त्यांचा खोकला आई लांबून ओळखी. बारा वाजेपर्यंत पोराबाळांच्या धांदलीतून तिचा हात स्वयंपाकाला लागलेलाच नसे. दादा लांब आहेत तोवरच –

"आले रे बाबा, ते कचेरीतनं! अजून माझी चूल पेटली नाही." असे बडबडत तिची धांदल सुरू होई. दादा येत. रुमाल, कोट, सदरा काढून खुंटीला अडकवीत आणि छातीवरचे पांढरे केस शोधीत जेनावर बसत.

मग मी म्हणे, "दादा, आमाला पुस्तकाला पैसे हवेत. चार महिने झाले वर्ग बदलून. केव्हा घ्यायची पुस्तकं? मास्तर वर्गात बसू देत नाहीत. म्हणतात, पुस्तकं आण आणि मग बैस. द्या आज पैसे."

पांढरा केस उपटीत दादा म्हणत, "बराय हं, सांगितलेत सोनाराला करायला!"

दादांचं हे उत्तर नेहमीच असे. ते कधी चिडत नसत की खेकसत नसत. शांतपणाने सांगत. जास्तच हट्ट धरला, रडकुंडीला आलो, तर कनवटीची आणेली पुढे टाकीत आणि म्हणत, "हं घे, दोन पैशांचे चुरमुरे-फुटाणे आणून दे मला आणि बाकीचे घे. आण पुस्तक."

मग माझा हट्ट जिरे. आणेली घेऊन मी उड्या मारीत वाण्याकडे जाई आणि सदऱ्याच्या पुढल्या पाख्यातून चुरमुरे-फुटाणे घेऊन घरी येई. दादा ते आपल्यासमोर पसरीत.

आशाळभूतपणे आम्हा भावंडांचा गराडा भोवती पडे. त्या दोन पैशांच्या चुरमुऱ्यांतले चार-चार दाणे सर्वांना मिळत. उरलेल्यांतून एकेक वेचून दादा तोंडात टाकीत आणि मग स्वयंपाकघरातून आई कडाडे, "जळलं मेलं ते अभद्र खाणं! पोरांसोरांसारखे चिरमुरे काय खायचे? झाला स्वयंपाकाला उशीर, लागली असेल भूक; पण हे काय? म्हातारपण झालं, तरी पोराटकी सुटत नाही!"

पण तिच्या बोलण्याचा दादांवर कधी परिणाम होत नसे. ते आपले रसिकपणे चुरमुरे खात. आई अधिकच चिडे. म्हणे, "उठा आता."

चुरमुरे संपवून दादा उठत. अंघोळ करीत. मुकटा नेसून पूजा करता-करता व्यंकटेश स्तोत्र म्हणत :

"अन्नासाठी दाही दिशा आम्हां फिरवीशी जगदीशा।
कृपाळू वा पुराणपुरुषा, करुणा तुजशी कशी न ये।।"

पूजा संपताच हाक येई, "यंकण्णा!"

मी धावत आत जाई. दुधाने भरलेली नैवेद्याची बारकी वाटी माझ्याकडे देऊन दादा म्हणत, "हं, हे टाक पिऊन!"

मग जेवणासाठी ताटे मांडली जात. ज्वारी-बाजरीच्या भाकरी आणि एखादी आमटी, तिखट लोणचं. यापेक्षा अधिक चोचले सोळा रुपये मासिक मिळकतीत परवडणे शक्य नसे.

जेवण संपताच दादा थोडे इकडे-तिकडे करीत. आईची चेष्टा करून तिला खिजवत. जेनावर आडवे होऊन हात उशाशी घेऊन थोडी डुलकी घेत आणि पुन्हा कचेरीत जात. नंतर परत यायला पाच-साडेपाच वाजत.

कुंडलला असतानाचे आमचे दिवस हे असे गेले. माडगूळला शेतीवाडी होती, घरदार होते; पण कष्टाअभावी त्याची पडझड झाली होती. विहिरी पडल्या होत्या. जमिनीची नांगरट पाच-पाच वर्षांत झाली नव्हती. घराला पुढचे दार लावायचे राहून गेल्याने बामणाच्या वाड्यात लोक गुरे बांधत होते आणि आम्ही अन्नासाठी दाही दिशा फिरत होतो.

दादांच्या पाठी आई भुणभुण लावी, "अहो, वर्षातून एकदा तरी गावी जात जा. जमिनी नीट खंडानं लावा. त्या घराला कुंब्या घालून घ्या."

दादा म्हणत, "जाऊ, बघू."

धडपड, खटपट दादांच्या रक्तात नव्हती. माणेच्या डोहाप्रमाणे ते संथ होते. शांत होते. दारिद्र्य त्यांच्यामागे हात धुऊन लागले होते; पण ते कधी हरले नाहीत, हटले नाहीत. त्याच्याशी चिवटपणाने सामना करीत त्यांनी पन्नाशी गाठली.

सरकारी कामावर असताना खेड्यापाड्याचे लोक येत. घरी येऊन म्हणत,

"बापू, एवढं काम करा. चिरीमिरी देईन." पण त्यांनी लाचेचा पैसा शिवला नाही. त्यांचे हे साधुत्व बघून आईच्या कपाळाची शीर उठे. ती म्हणे, "एवढं मान मोडून काम करता, लोक आपण होऊन मोबदला देतात, तर तो नाकारता. काय म्हणावं तुमच्या भोळेपणाला? अशानं तुमच्या कपाळाचं दळिद्र जन्मभर संपणार नाही."

दादा उत्तर देत, "अगं, काम करतो त्याबद्दल पंतबाबा पगार देतो. लाच खाऊन ते पाप कुठे फेडू? सचोटीनं मिळेल, तो घास आपला. यंकोबाच्या मनात मी दारिद्र्य भोगावं, असं आहे. त्याची मर्जी!"

दादांची श्रद्धा अशी होती. त्यांचा बाणा असा होता.

पुढे बढती झाली. बारनिशी कारकुनाची जागा जाऊन दादा वहिवाटदार झाले. किन्हईला बदली झाली. ही तीन वर्षे वैभवाची होती. राहायला पंत-सरकारचा तीन मजली राजवाडा होता. हाताखाली पाच-दहा नोकरचाकर होते; पण तरीही त्यांचा बाणा टळला नाही, मन चळले नाही. नोकरचाकरांवर तोंड टाकून ते कधी फडाफडा बोलले नाहीत की पगाराव्यतिरिक्त एका दिडकीला शिवले नाहीत. पंतबाबांची चाकरी त्यांनी इमानेइतबारे केली.

लोक म्हणत, "इथं इतके वहिवाटदार आले, पण बापूची सर एकाला नाही. म्हातारा भारी सज्जन, देवमाणूस."

दादांची किन्हईची मिळकत ही एवढीच आणि उभ्या आयुष्यातही त्यांनी काही माया साठविली असेल; तर तीही हीच, अशीच.

सुखा-समाधानाची ही तीन वर्षे फार लवकर संपली! कुंडलला फिरून बदली झाली व नतद्रष्ट गावाने दादांना अति छळले. संस्थानी कारभारात केव्हा बढती आणि केव्हा उतरती होईल, याचा नेम नसे. आई नेहमी गांजून म्हणे, "घरचं खावं आणि पंतबाबाची चाकरी करावी. या संस्थानी अनागोंदीत घटकेत सौभाग्यवती आणि घटकेत गंगाभागीरथी!"

कुंडलची चार-पाच वर्षे अतित्रासाची गेली. काळजीने आणि दम्याने दादा फार खंगले. रात्र-रात्रभर तक्क्यावर डोके टेकून ते खोकत. जुने घर सोसाट्याच्या वाऱ्याने डळमळावे, तसे त्यांचे शरीर त्या विलक्षण उबळीने डळमळे. तरीही संसाराचा गाडा ते ओढीत होते. आम्हा पाच लहान धाकट्या भावंडांना भरवीत होते. रोज कचेरीत जात होते. खर्डेघाशी करीत होते. मामलेदारांची बोलणी खात होते.

अहो, आमच्यासाठी त्या देहाने किती कष्ट सोसले; त्या मनाने किती दुःख गिळले!

कुंडलच्या मुक्कामाचा शेवट अति वाईट झाला. एकाएकी संस्थानला वाटले की, सरकारी नोकर इथून-तिथून तरुण हवेत. म्हाताऱ्या-कोताऱ्यांना डच्चू द्यायला हवा आणि दादा कमी झाले. पाच मुलांचा पोशिंदा निराधार झाला. गाठीला पैसे नव्हते. या संधीचा फायदा घेऊन वाणी पुढे सरसावले. घरमालक जोरावर आला. संसार गोळा करून आपल्या खेड्यात जायला निघालेल्या म्हाताऱ्याच्या गाड्या त्यांनी अडविल्या. बिलाबदली चार भांडी-कुंडी बाहेर काढण्याच्या धमक्या त्यांनी दिल्या. दारिद्र्याने खचला नाही, तो म्हातारा अब्रूने खाली आला. आईच्या डोळ्यांचे पाणी खळले नाही. ती म्हणाली, "अहो, कोल्हापुराहून अण्णाला बोलवा, आटपाडीहून भालूला बोलवा!"

दादा उत्तरले, "अगं, पोरं अजून नकळती आहेत. आत्ताशी कुठे आपल्या पंखांनी उडायला लागलीत; त्यांना कशाला या खाईत बोलावतेस? आहेत तिकडे सुखात असू देत!"

पण तिने ऐकले नाही. दोघा थोरल्या मुलांना पत्रे घातली. भालू आटपाडीला काकापाशी राहून मराठी सातवी इयत्ता शिकत होता. अण्णा कोल्हापूरला वि. स. खांडेकरांकडे लेखक होता. पत्र मिळताच किरकोळ अंगाचा भालू घाबरा होऊन आला. रिकामा आला. अण्णा तसा आला नाही. त्याने आपली पुण्याई खर्ची घालून येताना पैसे आणले. मी पुलाच्या कठ्ठ्यावर बसून किर्लोस्करवाडीहून येणाऱ्या गाडीची वाट पाहत होतो आणि चिरचिऱ्या पावसातून भिजत अण्णा आला. त्याच्या पायांत रबरी बूट होते. अंगावर पावसाळी कोट होता. मला वाटले, 'आपला अण्णा किती श्रीमंत झाला!'

अण्णा आला. पैसे घेऊन आला आणि म्हाताऱ्याची अब्रू बचावली. कुंडलची हलाखी संपवून आम्ही माडगुळ्यास आलो.

आपल्या खेड्यात दादा आता सुखात होते. त्यांचे उतारवय झाले होते. फार दिवसांचा दमाही थोडाफार विसंबला होता. दादा आता सुखात होते. भालू मास्तरांनी संसाराचा भार स्वतःच्या शिरावर घेऊन वडिलांना मोकळे केले होते. अण्णा कोल्हापुरी सिनेमाव्यवसायात पडले होते. कवी, लेखक म्हणून त्यांनी नावलौकिक मिळविला होता. चार पैसे मिळविले होते. लक्ष्मी-सरस्वतीसारख्या दोन सुना घरात आल्या होत्या. म्हातारे दादा आता सुखात होते. निवान्त होते. म्हातारपणामुळे त्यांना रात्रभर झोप लागत नसे. अंगणातल्या निंबावर चिमण्या कुलकुलायला लागल्यावर ते अंथरुणावर उठून बसत आणि भूपाळ्या म्हणत,

'उठा उठा, साधू संत, साधा आपुलाले हित
गेला गेला हा नरदेह मग कैचा भगवंत...'

लेकांनी हौसेने घेतलेली पुतळी गाय जागी होई आणि हंबरे. मग दादा उठत

आणि तिला पेंडी टाकत.

धाकटी सून सासऱ्याला सकाळच्या प्रहरी कपभर गरम चहा आणि बशीभर सांजा देई. सर्वांत लहान मुलगा थोडा हूड आणि नकळता होता. त्याच्या हातावर दादा सांज्याचा थोडा मुटका ठेवत.

सून म्हणे, "अहो, तुमच्यातला कशाला देता? मी देते की त्यांना.''

त्यावर दादा हसत आणि म्हणत, "अगं, म्हाताऱ्याला कशाला इतकं सांभाळता? ह्या लहान धाकट्याकडे बघा.''

दादा असे म्हणत; पण सून आपल्याला जपते, या जाणिवेने त्यांचा सुरकुतला चेहरा समाधानाने फुलून येई. खांद्यावर उपरणे आणि हातात काठी घेऊन ते म्हणत, "जरा रानाकडनं चक्कर मारतो. पिकं बघून येतो.''

त्यावर भालू मास्तर म्हणत, "काय नडलंय त्यानं? पाय दुखतील, दमा होईल. पकूला घेऊन चावडीपुढे जा फार तर!''

पण हटवादी दादा ऐकत नसत. काठीच्या आधाराने पावले टाकीत ते चालू लागत. वाटेत ईश्वरा रामोशी भेटे. आदराने रामराम घालून पुसे, "कुणीकडं दादा?''

"जातो जरा रानात. बघून येतो.''

"काय जर्वर हाय? झोकात हाय पीक. भालू मास्तर बघत्याल तकडं. तुम्ही कशाला तकाटा घेता?''

त्यावर दादा प्रसन्नपणे हसत, "ईश्वरा, अरे घरात बसून कंटाळा येतो म्हणून पाय मोकळे करतो झालं. तुझ्या म्हातारीला गोड वाटत नव्हतं. बरी हाय का ती? दवापाणी दिलंस का?''

"व्हय जी, दिला. बरी हाय आता.''

"बरं तर ठीक. म्हातारीला सांभाळत जा.''

अशी प्रश्नोत्तरे होऊन दादा चालू लागत.

आता दादा समाधानी होते. पोरांच्या कर्तबगारीमुळे जोमात होते. म्हारापोरास ते सढळ हाताने देणगी देत. विहिरीचे काम निघाले. वडाराला पैसे देण्याच्या बाबतीत भालू मास्तर घासाघीस करू लागले, म्हणजे सोप्यातल्या भल्यामोठ्या लाकडी पलंगावर बसलेले दादा म्हणत, "काय मागतोस तू दाम?''

वडार बोले, "मास्तर लई घासाघीस करतो. दादा, तू बघ. माजंबी पोट हाय.''

"कबूल आहे. किती दाम हवा तुला?''

"लई न्हाई मागत. एक नोट आगाव दे!''

"शंभर? चल, घे.''

भालू मास्तर वडिलांपुढे बोलत नसे. शंभराचे पुडके हवाली करून दादा

वडाराला तंबाखूची चिमट देत आणि वाटेला लावीत.

आई हाताची सरळ, पण तोंडाची फटकळ. चुकार वाटेकऱ्यावर तिने तोंड टाकले की दादा म्हणत, ''अगं, का तोंड वाजवतेस? आता काय करायचंय तुला प्रपंचात लक्ष घालून? किती जगायचं आहे? जाऊ दे त्याला. त्याला पोटपाणी आहे, लेकरंबाळं आहेत. खाल्लं असेल मण-आठ पायली; खाऊ दे!''

दिवसभर भालू मास्तरांच्या प्रकाशला खेळवत ते घरीच असत. संध्याकाळी बाहेर पडून मारुतीच्या देवळात जाऊन बसत. साऱ्या वृद्धांचा मेळा तिथे जमे. दिवसभर ऐरणीवर घाव घालून थकलेले सोनारबाबा, रिकामपणाला कंटाळलेले अप्पाजीपंत, कुणीच जवळचे नसल्यामुळे निर्विकार बनलेले विनूतात्या, तो तुका कंडऱ्या, तो पांडा न्हावी, तो वरलीकडचा मार्तंडा – सारे जमत. खांबाला टेकून बसत आणि नाना विषयांवर बोलत.

तुका कंडऱ्या आपल्या आठवणी सांगे. तोंडात दात नसलेले सोनारबाबा त्याची चेष्टा करीत दादांना म्हणत, ''दिगूबा, हा कंडऱ्या आता कशाला जगला आसंल? याचं काय काम इथं?''

दादा हसून म्हणत, ''त्याचं पान अजून ब्रह्मदेवाला सापडत नाही.''

असा विनोद चाले.

दिवेलागणीला दादा उठून घरी येत, चार घास खात आणि पुन्हा रात्री नवरा-बायको देवळातल्या पोथीला जात. हरिविजय, भक्तिविजय भक्तिभावाने ऐकत. दादांची समाधानी वृत्ती अलीकडे वाढली होती. संसारापासून ते आता अलिप्त होऊ पाहत होते.

दादा अंथरुणावर आहेत. त्यांचा देह अस्थिपंजर झाला आहे. मुंबईहून मी आलो आहे, पुण्याहून अण्णा आले आहेत. दादा या आजारातून बरे व्हावेत, यासाठी प्रयत्नांची शिकस्त चालू आहे. आम्ही सगळे आलो आहोत, पण अजून मोठ्या वहिनी पुण्याला आहेत. माझी धाकटी बहीण पुण्याला आहे. अक्का आटपाडीला आहे.

मध्यंतरीच्या काळात फार घडामोडी झाल्या आहेत. आमचे जुने घर गांधीवधाच्या दंगलीत जळून गेले; पण दादा डरले नाहीत. ते म्हणाले, ''माझी पोरं असली छप्पन घरं उभारतील.''

त्यांचे म्हणणे खरे झाले आहे. अण्णांनी आणि भालू मास्तरांनी नवीन घर उभारले आहे. नवा संसार थाटला आहे. दादांच्या आदराखातर, प्रेमाखातर गावकऱ्यांनी घर बांधायला हातभार लावला आहे.

कुणाला न कळवता-सवरता मी मोठे धाडस केले आहे. एका परजातीच्या मुलीशी लग्न केले आहे. एक वर्षभर मी घरातून बाहेर होतो. मी दूर असल्यामुळे दादांना वाईट वाटत होते. ते माझी फार आठवण करीत होते. कुणापाशी बोलत नव्हते, पण अंतरात दुःखी होते. माझी त्यांना फार आठवण येत होती. 'मौजे'च्या अंकाची ते उत्सुकतेने वाट बघत. नातवाला पुढे घेऊन 'माणदेशी माणसं' मोठ्याने वाचताना त्यांचे डोळे पाण्याने भरत.

मी एक वर्षाने त्यांना भेटलो आणि तोही अशा स्थितीत!

"दादा, मी व्यंका, आलोय...."

दादांनी डोळे उघडून बघितले. क्षीण आवाजात ते म्हणाले, "आलास? बरं झालं!"

मी उशाशी बसलो. दादा पुन्हा विव्हळत म्हणाले, "अगं, याला जेवायला घाल. भुकेला असेल."

"दादा, मी जेवलोय."

"कुठे?"

"गाडीतच जेवलो. हॉटेल असतं गाडीत."

"ते इंग्रजी जेवण असेल. तुझं पोट भरलं का?"

"इंग्रजी होतं खरं, मला आवडलं नाही."

"अरे, मग त्या मालकाला सांगायचं, मला हे नको म्हणून. मी इंग्रजी नाही, ब्राह्मण आहे म्हणून!"

बाहेर बसलेले भालू मास्तर त्या विनोदाने हसले. आजारीपणातही दादांचा विनोद चालू असे.

मग त्यांना वरचेवर ब्लडप्रेशर ॲटॅक येत. सारे अंग लटलटू लागे. त्या आजारात अंथरुणावर असताना त्यांनी एकदा मला मोठ्याने हाक मारली. घाबराघुबरा होऊन मी आत गेलो. दादा म्हणाले, "अरे, त्या कंदिलाला ॲटॅक्स आलेत बघ!"

कंदील भगभगत होता, फटफटत होता. आताही त्यांचा विनोद चालूच होता.

मग मी उशाशी बसलो. दादांनी मला नाना प्रश्न विचारले, "आता काय करतोस? कुठल्या चित्रपटातील करार झाला? किती पैसे मिळाले? अण्णाइतके का मिळाले नाहीत?" दादांनी नाना प्रश्न विचारले.

मी आलेल्या दिवशीच हे बोलणे झाले. त्याला दोन-तीन दिवसही झाले नाहीत आणि आज दादा बोलत नाहीत. त्यांच्या अंगाची घालमेल चालली आहे. त्यांच्या अस्थिपंजर देहात एकाएकी तडफ आली आहे. आम्ही उशा-पायथ्याशी बसून आहोत. दादा निरखून पाहत आहेत. माझा चेहरा, अण्णांचा चेहरा.

दादा, तुम्ही असे काय करता? तुम्हाला काय वाटते?

काल उमा नाईक भेटीला आला होता. तो खोलीच्या तोंडाशी बसून म्हणाला, ''दादा, मी कोण, ओळखलं का?''

दादांनी पाहिलं आणि हलकेच ते बोलले, ''उमा, आता आमी चाललो. आमच्या माघारी घरी येत जा, जात जा!''

उमा माझ्यापाशी येऊन म्हणाला, ''दादा आज अवघड बोलले मला.''

दादा, तुम्ही असे का बोललात? आपला निर्वाणसमय तुम्हाला कळला आहे की काय? परवा मी आलो, तेव्हा किती बोललात! मी आणलेले सफरचंद चाखलेत. माझ्या हातून मोसंब्याचा रस तुम्ही प्यायलात आणि आज सकाळी मी द्यायला लागलो तसे म्हणालात, ''गड्यांनो, आता मला काही घालू नका.''

दादा, तुम्ही असे का बोललात?

छे, दादा आता निघाले. आई गंगाजल घालते आहे. अण्णा गीतेचे अध्याय म्हणत आहेत. काका चिमणीएवढे तोंड करून बसलेत. तात्यांचा चेहरा वनवासी दिसू लागला आहे. दादा निघाले!

अण्णांच्या मांडीवर डोके ठेवून दादा गेले आहेत. शोकाचा डोंब उसळला आहे.

बाहेर चांदणे टिपूर पडले आहे. सारा गाव वाड्यासमोर उभा आहे. अण्णा बाहेर आलेत. दरवाजाचा आधार घेऊन उभे आहेत. त्यांचे डोळे डबडबले आहेत. दाटल्या घशाने ते लोकांना सांगत आहेत, ''गड्यांनो, आज आम्ही पोरके झालो!''

■

। नऊ ।

तात्या

दादांपेक्षा तात्या धाकटे. आमच्या आजोबांच्या हयातीत घरी गुरेढोरे होती. शंभरावर मेंढरेदेखील होती. ते सारे लटांबर राखण्याचे काम तात्यांकडे असे. सकाळी भाकरी बांधून घेऊन ते बाहेर पडत आणि दिवस मावळेपर्यंत गुरे चारीत रानोमाळ हिंडत. घरची चौकशी करीत नसत की गावची पंचायत बघत नसत. हाती लागेल ते ओरबाडून खावे आणि जनावरांच्या उस्तवाऱ्या करीत राहावे. यातून लिहिण्या-वाचण्याइतके ज्ञान त्यांनी कधी आणि कुठे मिळविले, हरी जाणे! पण मिळविले, हे खरे. पुढे दम्याच्या विकाराने कर्तबगार आजोबा वारले आणि ही तिन्ही भावंडे उघडी पडली. आजोबांच्या मागोमाग घरची लक्ष्मीही गेली. गुरेढोरे नाहीशी झाली. कुणबावा बसला. त्या वावटळीत तिघे तिन्ही वाटांनी गेले. दादा कारकुनी करू लागले. काका पोलीस खात्यात चिकटले. एकाकी तात्याही बाहेर पडले आणि सोलापूर-माढ्याकडे रनर म्हणून पोस्ट खात्यात राबू लागले. बरे हे की, दादांप्रमाणे या दोघांच्याही मागे प्रपंचाचे लिगाड नव्हते. दोघेही सडेच होते. काकांनी हातांनी करून खाल्ले, पण शेवटी त्यांच्या हातांचे चार हात तरी झाले; तात्यांचे तेही नाही. ते अद्यापही सडेच आहेत.

माडगूळ सोडून आम्ही नोकरीच्या गावी हिंडत राहिलो. तिकडे तात्यांचे जाणे-येणे क्वचित होई. वर्षानुवर्षे त्यांची काही चिठ्ठीचपाटी येत नसे. ख्याली-खुशाली कळत नसे. ते कधीतरी अकस्मात येत. चार-आठ दिवस राहत. पोस्ट खात्याकडून मिळालेले जुने गणवेश, खाकी रंगाची गरम कुडती ठेवून

जात. त्यांच्या माघारी त्यांची आठवण व्हायची, ती या कुडत्यांवरूनच. थंडीचे दिवस आले की, दादा आईला म्हणायचे, ''अगं, ते कोंडिबाचं कंडम कुडतं काढ. कुठाय ते? बरं असतंय, भांचोत थंडीला!''

मग आई जुनीपुराणी बोचकी सोडायची. ते गरम डगले काढायची. दादांना ते घळघळीत होई, तरी हातोपे मुडपून ते त्याचा वापर करीत. गणवेशाची कुडती उसवून त्याचे कोट आम्हाला देत. खाकी रंगाची लांबडी विजार कापून त्याची अर्धी चड्डी होई. उरलेल्या हातोप्यांच्या व पायांच्या आई पिशव्या करी. तात्यांचे हे गणवेश कसल्या ना कसल्या स्वरूपात चार-दोन वर्षे दिसत.

तात्या आणि दादा यांच्यात नाही म्हटले तरी थोडी तफावत आहे; दिसण्यात आणि स्वभावातही. तात्या रंगाने काळे आहेत; उंच, लांबसडक आहेत; डोळे अधू नसावेत, पण त्यांची उघडझाप चमत्कारिक, चार जणांपेक्षा वेगळ्या तऱ्हेने होते; नाक वाकडे; चेहऱ्यावर वांगाचे काळे डाग; तसले डाग हाता-पायांवरही आहेत; रनरच्या कामामुळे पायांतही वाकुडपणा आला आहे. पोलिसी थाटाच्या भल्यामोठ्या वहाणा घालून चालताना त्यांची पावले तिरकी पडतात. एकंदर साऱ्या शरीराची ठेवणच खडबडीत, सुबकपणा नसलेली आहे. पोषाख हल्ली वेगळा असतो; पण पूर्वी ठरलेला असे. खाकी रंगाचा पटका, तसल्याच रंगाची पितळी बटणं असलेला कोट, खाली धोतर. घरातल्या कुठल्यातरी कोपऱ्यात बसून ते सावकाशपणे विडी ओढायचे. फारसे बोलायचे नाहीत. स्वभावाने तिरसट, एककल्ली वाटायचे. आईच्या शब्दांत सांगायचे म्हणजे, 'तात्या आहे खुळा खंडोबा. मनाला खेळ आला तर ठीक, नाही तर जानवे तोडून चालला देशांतराला!'

उतारवयापर्यंत सारे आयुष्य तात्यांनी एकाकी काढले. हातांनी करून तुकडे खाल्ले. मायेचे, आपले असे म्हणायला त्यांच्याजवळ कोणी नव्हते. असे वनवाशासारखे ते इतके दिवस कसे राहिले असतील, असा विचार मनात आला म्हणजे आतडे तुटते. दिसायला वेड्याबागड्या दिसणाऱ्या या अस्राप, अबोल माणसाने परदेश कसा काटला असेल, असे वाटून पोटात कालवाकालव होते.

नोकरी संपली आणि दिवसभर राने धुंडून संध्याकाळी घरी परत येणाऱ्या पाखरासारखे तात्या माडगूळलला आले. पुतळी गाय तेव्हा नवी घेतली होती, तिची काळजी घेऊ लागले. कुणाशी न बोलता-सवरता त्यांचा उद्योग चालू असायचा. कधी स्वस्थ बसायचे नाहीत. इकडचा धोंडा तिकडे टाकतील, वैरणीची गंजी उलगडून पुन्हा व्यवस्थित रचतील, जुनी दावी पेंड घालून दुरुस्त करतील. मागील

दाराची भिंत ढासळली होती. त्यातून शेरडे-करडे आत येत आणि फुलेझाडे ओरबाडीत. शिवाय तो पडीक भाग दिसायलाही वाईट दिसे.

एके दिवशी तात्यांनी मनावर घेतले. दगड गोळा केले, चिखल मळला आणि ते छातीएवढे भिंताड स्वतः बांधून काढले.

मी म्हणालो, ''तात्या, तुम्ही कशाला व्याप केलात? गवंड्याकडून घेतली असती बांधून.''

तेव्हा डोळ्यांची चमत्कारिक उघडझाप करीत ते म्हणाले, ''गवंडी काय आभाळातनं पडलाय? आपल्याला येत नाही बांधायला? आँ?''

माझ्या मनात ते भिंताड गवंड्याकडून सुबक बांधावे, असे होते; पण तात्यांच्या हिशेबी सुबकपणा नव्हता; उपयुक्तता होती. आडोसा झाला, शेरडे यायची थांबली; काम झाले!

पण तात्या घरी टिकून राहिले नाहीत. कशाततरी त्यांचे बिघडले. डोके गेले. धोतर आणि अंथरूण काखोटीला मारून ते निघून गेले. निवाऱ्यास आलेले पुन्हा कोठे भडाडले. त्यांच्या जाण्याचे कारण आईने बरोबर हेरले. ती म्हणाली, ''त्यांचं इथं व्यवस्थित होत नव्हतं. माझ्या मुलाबाळांच्या धबडग्यात सकाळचा चहा दुपारी आणि दुपारचं जेवण तिसऱ्या प्रहरी. मुलाबाळांच्यात राहायचं म्हणजे असं होणारच. जाऊ दे, गेला तर जाऊन जाईल कुठे? हातपाय चालतात, तोवर फिरेल. म्हातारपणी तुम्हा पुतण्यांवाचून कोण पाणी घालणार आहे त्याला?''

तात्या कुठे गेले, ते बरेच दिवस कळले नाही. कुणी त्यांचा तपासही केला नाही. शेवटी कुणीतरी बातमी सांगितली की, पंढरीशेजारी ते एका खेड्यात राहत होते. त्या गावात ब्राह्मण नव्हता, म्हणून गावकऱ्यांनी ठेवून घेतले होते. ते ग्रामदेवतेची पूजा करत होते, जोशीपण करत होते आणि राहत होते. आम्ही असताना तात्यांनी असे राहू नये, असे मला वाटले. वाईट वाटले अन् शरमही वाटली!

पुढे अनेक दिवस गेले. दादांना अखेरीचे आजारपण आले. आम्ही सारे गोळा झालो. औषधपाणी चालू होते. चिंतेने साऱ्यांनी तोंडे मलूल झाली होती. या आजारातून दादा उठत नाहीत, असे भावत होते.

आणि अचानक एके दिवशी पाठीशी बोचके घेऊन तात्या आले. भावाच्या शेवटच्या आजाराच्या वेळी बोलावणे धाडल्यासारखे आले. अंथरुणावर पडलेल्या दादांकडे बघत उभे राहिले.

दादा म्हणाले, ''कोण? कोंडिबा? तुला कोणी कळवलं?''

कुठेतरी बघत तात्यांनी उत्तर दिले, "कुणी नाही कळवलं. कधी कुणी कळवलं? मला माहीतच नाही. फार दिवस झाले; बघावं वाटलं, म्हणून आलो."

बस्स! भावाभावांची एवढी भाषा झाली. मग तात्या विडी ओढीत बसून राहिले. त्यानंतर दादा चार-दोन दिवस तरी होते; पण तात्या कधी त्यांच्यापाशी बसले नाहीत, बोलले नाहीत. कधी जाता-जाता वाकडी झालेली उशी, जमिनीवर गेलेला पाय, अंगावरचे पांघरूण नीट करायचे; न बोलता करायचे! शेवटी साऱ्यांनी आपल्या अश्रूंना वाट करून दिली. सारे जण खळखळून रडताना मी पाहिले, पण तात्यांचे अश्रू मला दिसले नाहीत. या साऱ्या गोंधळातून ते कुठे रानावनात गेले आणि गुडघ्यात मान घालून बसले की काय, कोण जाणे! दुसऱ्याएकी वाटत असलेली माया व्यक्त करणे तात्यांना जमत नाही. झाल्या गोष्टीबद्दलची हळहळ आणि दु:खही बोलून दाखविणे घडत नाही.

दादांच्या मागे घरात कुणी मोठे माणूस राहिले नाही. भालू मास्तर आठवडाभर नोकरीच्या गावी असत आणि आले तर रविवारी घरी येत. एरवी कुणी माणूस नसे. तेव्हा अण्णांनी तात्यांना सांगितले, "का असे वनवासी होता? आपल्या घरी राहा. दादांची उणीव भरून काढा."

"राहीन, पण रिकामा बसून काय करू? मला दोन बैल द्या घेऊन. शेतीभाती बघेन आणि राहीन!"

अण्णांनी तात्यांचे म्हणणे ऐकले. पावाच्या जिराईत जमिनीत पैसा ओतला. ताली टाकल्या. पडून राहिलेला कुणबावा उभा केला. आता तात्या त्या व्यापात असतात. म्हाताऱ्याने आपले लक्ष आता कुणबिकीवर केंद्रित केले आहे.

माणदेशच्या रानात फुलकोबी, टोमॅटो, कोबी असला अपूर्वाईचा भाजीपाला पिकविला आहे. कोबीचे गड्डे तयार झाल्यावर भालू मास्तर म्हणाले, "तात्या, फुलकोबी तयार झाली ही! काढू का?"

"होय, झाली खरी; पण आता चार-आठ दिवसांत पुण्या-मुंबईहून पोरं येतील. ती आली म्हणजे काढू."

आम्ही जाईपर्यंत तात्यांनी काही काढू दिले नाही. मक्याचा हुरडादेखील राखून ठेवला. इकडे मुंबईला यायच्या वेळी माझ्या पिशवीत चार मुळे, मिरच्या, शेंगा घातल्या. कुणीतरी म्हणाले, "हे कशाला देता ओझ्याला? तिथे का मिळत नाही?"

"मिळतं, पण विकतचं. हे आपल्या मळ्यातलं आहे."

एरवी अस्राप वाटणारे तात्या कधी बलदंडही दिसतात. पोरांच्या पाठबळामुळे तो झाकला जोर अलीकडे बळावला असावा. हद्द रेटली म्हणून बांधाशेजारी बांध

असलेला कुणबी फुकट घसा फोडू लागला, तर तात्या सबुरीने बोलत नाहीत. हातवारे करून म्हणतात, "जा जा, मी बांध रेटला. ज्याच्या मनगटात जोर आहे, त्यानं रेटावा. कोर्ट-दरबारात जा. बघू, कोण माझं काय करतं ते!"

धाकटा भाऊ बिटाकाका मवाळ आहे, पण त्याची बायको जहाल आहे. सामाइकातल्या रानातली वाटणी ती मागू लागली, तर तात्या तिला दटावतात, "तुझ्या बापाचं इथं काय आहे? तो येऊ दे मागायला, म्हणजे बघू!"

चाकरीचा गडी चंदरभान काम चुकवून टिवल्याबावल्या करू लागला, तर त्याची बुटानं पूजा करतात. घरची गाडीबैल कुणीतरी गरजेला मागतात. भिडेखातर भालू मास्तर नाही म्हणत नाहीत. 'न्या' म्हणतात. गरजू तात्यांकडे येऊन सांगतो, "तात्या, कडबा आणायचा आहे. गाडीबैल नेतो. भालू मास्तर न्या म्हणालेत."

तात्या चक्क उत्तर देतात, "भालू मास्तर घरचा बाजीराव! माझे बैल बारा महिने घरचे कष्ट उपसतात. घरचं खाऊन गावची चाकरी त्यांच्यानं होणार नाही!"

त्यांच्या विरुद्ध जाण्याची कोणाची छाती होत नाही. घरी कुणी त्यांना बोलत नाही. कारण लगेच ते धोतर-अंथरूण काखोटीला मारून म्हणत, "जातो व्यंकण्णाकडे मुंबईला. त्याच्या घरचे कष्ट करून तिथे राहीन, पण हा व्याप आपल्याला खपणार नाही!"

जनावरांना कुणी दगाफटका करील म्हणून तात्या हमेशा बाहेर झोपतात. एक जाड घोंगडे आणि सतरंजी घेऊन गारव्यात पडतात. पहाटे उठून बैलांना वैरण टाकतात. चघळचोथा जमा करून अंगणात शेकोटी करतात आणि मला हाक मारतात, "ये रे, शेकोटी केलीये!"

मग पांघरुणाची भाळ घेऊन आम्ही बसतो. तोंडावर येणारा धूर चुकवीत हातापायांचे तळवे शेकतो. मग तात्या काही गोष्टी बोलतात. ते काही बोलणार असतात, याचा अंदाज अगोदर कधीच येत नाही. त्यांच्या तोंडावरून काहीच उमगत नाही. एकाएकी बोलतात, "तू मन्सुऱ्या बघितला नाहीस, नाही?"

"नाही. तो घेतला तेव्हा मी नव्हतो आणि आलो तेव्हा विकला होता."

"फार चांगला बैल. आसपासच्या दहा-पाच गावांत तसा बैल नव्हता; पण तापीट फार. दरवाजात माणूस दिसला की, फुरफुरायचा. मला एके दिवशी टाकलं उचलून. पडलो खिळग्यात जाऊन. अंगठा फुटून चिंध्या झाल्या, पण बोललो नाही कुणापाशी. काय करायचंय बोलून? मारका म्हणून लगीच न्यायचे बाजारात!"

"मग अखेर विकला कशाबद्दल?"

"त्याला परमेश्वरानंच खाऊ दिलं नाही. पुन्हा रानात मला घोळसलं. चांगला कासराभर फरफटत नेलं. मग भालू म्हणाला, 'टाकू या विकून.' टाकला, झालं!

पण तसा बैल आता मिळायचा नाही!''

मन्सुऱ्याच्या आठवणीने तात्या गहिवरतात.

नवीनच घेतलेल्या शेरडीला एक बोकड झाला आहे. तोही तात्यांचा अति लाडका. त्याला कुठेही शिरून काहीही खायची परवानगी. त्यामुळे मुळातच माजोरी असलेली ती जात अधिकच उंडारली आहे. कुणी डिवचले, तर दोन पायांवर उभे राहून धडक मारायला कमी करीत नाही. एकदा तो बेटा मागल्या अरुंद आडातच पडला. तात्यांच्या जिवाची कोण घालमेल झाली! काच्या खोचून ते आडात उतरले आणि त्याला घेऊन वर आले. वर येताच दोन लाथा बधावून त्याला म्हणाले, ''माजलास लेका! शिमग्यापर्यंत थांब, तुला देतो चांदभाई मुलाण्याकडे!''

पण चांदभाई मागायला आला, तर त्यांच्या हातून बंड्या देणे व्हायचे नाही. मन्सुऱ्या, बंड्या, तशी पुतळी गाय, गंगी म्हैस – साऱ्यांविषयी तात्यांच्या चित्तात माया आहे.

इतके दिवस मुशाफरी केली, पण तात्यांनी संचय कसलाही केलेला नाही. ते सडेफटिंग आहेत. महिन्याकाठी आठ-नऊ रुपये पेन्शन मिळते. त्यातून विडीकाडीचा खर्च भागतो; पण त्यातलाही पै-पैसा गाठीला ठेवून थोरल्या कर्तबगार पुतण्याएकीची माया त्यांनी व्यक्त केली. चिंध्यापांध्यांत जपलेले तोळाभर अस्सल सोन्याचे एक वळे काढून अण्णाकडे दिले आणि म्हणाले, ''हे घाल. असू दे तुझ्या हाताला!''

। दहा ।

क

मास्तरांचे संपूर्ण नाव नवसरलाल लाल कलाल असे होते. त्यांचे पहिले रंगीत चित्र मी पाहिले, तेव्हा त्याच्या खाली केवळ लाल रंगात 'क' एवढीच सही होती. मी विचारले, ''मास्तर, पूर्ण नाव का नाही? नुसते 'क' का?''

''ते 'क' लाल आहे.''

या कल्पकतेवर मी फारच खूश झालो.

ड्रॉइंग शिकविताना कलाल मास्तर आम्हा सर्व विद्यार्थ्यांच्या नावावर कोट्या करीत. माझा साशंक चेहरा पाहून हसत-हसत विचारीत, ''काय व्यंका, कसली आली शंका?''

आणि मराठी पाचवी इयत्तेत असणारे आम्ही सर्व विद्यार्थी मनमुराद हसत असू. लाल रंगात सही मारून मास्तरांनी आपल्या नावावरही कोटी केलेली बघून मी कितीतरी वेळ हसत होतो!

कलाल मास्तरांचे सगळे जीवन म्हणजे एक कोटी होती. त्यांचा वंशपरंपरात धंदा दारू, गांजा, भांग विकण्याचा. धर्माने ते मुसलमान; पण मास्तरांनी आपला धंदा कधी केला नाही. मास्तरकीला जोडव्यवसाय म्हणून ते औषधे विकीत. चित्रकलेचे शिक्षण त्यांनी कधी घेतले नव्हते, तसे औषधांबद्दलचेही घेतले नव्हते; पण ते उत्तम चित्रे काढीत आणि औषधांचे दुकानही उत्तम चालवीत. सारख्या स्वस्त कोट्या करीत आणि अधून-मधून गाणीही रचीत.

गणपती उत्सवासाठी एक सन्मित्र मेळा त्यांनी काढला होता. त्या मेळ्याचा मोठा गणपती ते तयार करीत आणि नंतर त्याच्यापुढे

म्हणण्यासाठी गाणीही तयार करीत. गणपती शाडूचा, छान रंगविलेला असे. गाणी सिनेमातल्या गाण्यांच्या चालीवर बेतलेली असत.

'ओ दूर जानेवाले, वादा न भूल जाना!' हे लोकप्रिय गाणे घेऊन मास्तरांनी मेळ्याचे गाणे तयार केले होते :

'ओ दारू पीनेवाले, कायदा न भूल जाना!'

आपण रचलेल्या गाण्यावरसुद्धा मास्तर कोटी करीत, 'चल उठ गड्या, मार उड्या, गणपती चरणी' (चाल : तू चाल पुढं, तुला रं गड्या, भीती कशाची) असे एक गाणे त्यांनी तयार केले आणि ते बसवून झाल्यावर हसत खुलासा केला, ''गाणे उंदराला उद्देशून आहे!''

मास्तरांचे व्यंगचित्र काढायचे झाले, तर एक मोठे लंबवर्तुळ काढून त्यावर दुसरे लहान वर्तुळ ठेवायचे. उंचीने ते बुटके होते. अंगाने गोल गरगरीत होते. रंगाने पक्के काळे होते. डोक्यावर उंच, उभी गोल अशी खादी टोपी (हा प्रकार खास त्यांनीच शोधला असावा.), नटासारखे उलटे फिरविलेले केस, कानावर शिवाजीसारखा कट, अंगात खादीचा पांढरा शर्ट आणि रंगीत कोट, खादी धोतर असा त्यांचा वेष असे.

शिकविताना विद्यार्थ्यांना उद्देशून ते नेहमी 'लेको' म्हणत. एकट्याला सांगायचे झाले, तर 'लेका' अशी सुरुवात करीत.

कुंडल या गावी मी मराठी पाचवीला होतो, तेव्हा चित्रकला शिकवायला मास्तर तिथे होते. माझी चित्रे बघून त्यांनी मला सांगून टाकले, ''तू मेहनत केलीस, तर चांगला चित्रकार होशील.''

आग्रह करून माझ्या वडिलांना सांगून त्यांनी मला ड्रॉइंगच्या परीक्षेला बसायला लावले. रोज त्यांच्या घरी जाऊन आम्ही बारा विद्यार्थी प्रॅक्टिस करीत असू. मास्तर छान शिकवायचे. सारख्या कोट्या करून हसवायचे. थोडे कोरून, नक्षीकाम करून काही काढू जावे, तर लगेच म्हणायचे, ''अंहं, नकं शी!'' (म्हणजे नक्षी नको, बरं का!)

एक बाड आडनावाचा भलामोठा उंच मुलगा होता. त्याला म्हणायचे, ''हे लेका बाड, नीट काढ, नुसताच वाढला आहेस ताड.''

एक कुंभार होता. तो मांजरपाट कापडाचा नेहरू शर्ट घाली. म्हणून मास्तर त्याला हाका मारीत, ''काय हो, मांजरपाट नेहरू?''

एका वाण्याची मुलगी होती. ती डोळ्याने टरकी होती आणि नाकानेही थोडी अपरी होती.

कोणी मुलगा म्हणाला, "ती टर्की आहे."
मास्तर म्हणाले, "थोडी जपानी बी आहे."

ड्रॉइंगच्या परीक्षेसाठी औंधला जावे लागे. परीक्षा चार महिन्यांवर आली आणि एकाएकी माझे वडील कामावरून कमी झाले.

सगळे बिऱ्हाडबाजले उचलून आमचे कुटुंब माडगूळला निघाले. मी मास्तरांना म्हणालो, "आता कसली परीक्षा न् काय? मलाही जावं लागणार."

मास्तर थोडा वेळ गप्प बसले आणि मग म्हणाले, "चल, तुझ्या घरी जाऊ."

घरी आवराआवर चालली होती. एकाएकी नोकरी गेल्यामुळे आई-वडील काळजीत होते. माझ्या परीक्षेचा कितीतरी मोठा प्रश्न त्यांच्यापुढे होता. घराला वेगळीच कळा आली होती. मास्तरांना पाहताच आई म्हणाली, "कसल्या वेळेला आलात हो मास्तर?"

मास्तर हात टेकवून भुईवरच बसले आणि म्हणाले, "व्यंकटेशाला घेऊन जाणार का?"

वडील म्हणाले, "हो, नाहीतर काय करणार?"

"त्याचं वर्ष बुडेल. परीक्षा बुडेल."

"हो... पण काय करणार?"

मास्तर म्हणाले, "राहू द्या माझ्यापाशी. परीक्षा झाल्यावर येईल."

यावर फार विचार करण्याच्या परिस्थितीत कोणीच नव्हते.

वडिलांनी मला विचारले, "काय रे, राहशील का?"

मी म्हणालो, "हो, राहीन."

दुसऱ्या दिवशी सकाळी सामानसुमान बैलगाडीत भरून आई, दादा, माझी लहान भावंडे स्टेशनकडे गेली. भाड्याचे घर घरमालकाच्या ताब्यात दिलेच होते. चड्डी-शर्टाची गुंडाळी काखेला मारून मी गाडीमागोमाग चार पावले गेलो. वडील म्हणाले, "जा आता."

आई म्हणाली, "जपून राहा."

मी एकदम पाठ फिरविली आणि थेट मास्तरांच्या घरी आलो. शाळेशेजारीच मास्तरांचे घर होते. तेही भाड्याचेच. घरात दुसरे कोणी नव्हते. मास्तरांची मुले-माणसे गावी, म्हणजे आटपाडीला होती. मास्तर एकटेच राहत. जेवायला कुठे, कुणा ओळखीच्या कोष्ट्याघरी जात.

विद्यार्थी-प्रेमाखातर मास्तर 'ठेवा माझ्यापाशी' म्हणून गेले होते खरे, पण मी एकटा राहिल्यावर तेही थोडे चिंतेत पडले. मला म्हणाले, "तू आता जेवायचं काय करणार?"

माझे वय दहाएक वर्षांचे होते. तरीपण दादा आणि मी काही काळ एकटे राहिलो होतो. त्यामुळे मला स्वयंपाकाची माहिती होती. म्हणालो, ''मी हाताने करून खाईन.''

''येतं का?''

''हो, मला भात करायला येतो. पिठलं येतं. थालिपीठही लावता येतं.''

मास्तरांच्या संसारात सामानसुमान फारसे नव्हतेच. शेगडी होती. कोळसे, पीठ, तांदूळ, डाळीचे पीठ यांची जुळवाजुळव करावयास लागली. तिखट, मीठ, फोडणीचे सामान हे सर्व मास्तरांनी आणून दिले.

चार-आठ दिवसांतच मला करून खाण्याचा कंटाळा आला. रोज-रोज व्याप करायचा कुणी?

मग मी कधी नुसताच भात उकडी आणि त्याच पातेल्यात दूध ओतून दूध-भातावर भागवी. कधी तोंडाला फारच अळणी वाटले, तर तिखटाची बुचकुली भातात टाकी. या असल्या हयगयीचा परिणाम माझ्या तोंडावर दिसू लागला असावा. मास्तरांच्या ते ध्यानात आले.

एके दिवशी दुपारी बाराच्या सुमारास मला त्यांनी विचारले, ''जेवलास का?''

''हो.''

''बघू हात?– तो नव्हे, उजवा.''

माझ्या तळव्याचा त्यांनी वास घेतला आणि म्हणाले, ''नुसत्या दूधभातावर भागवलेस; होय ना?''

''हो.''

''का? थालिपीठ, पिठलं असं काही का नाही केलंस?''

''मला कंटाळा येतो.''

मास्तरांना फार कणव आल्याचे त्यांच्या डोळ्यांवरून मला दिसले. ते म्हणाले, ''असं करून कसं भागेल रे? तुझे गाल पांढरे दिसायला लागले. रोज नुसता भात खात जाऊ नकोस.''

आपण फार मोठा अपराध केल्यासारखे मला झाले. म्हणालो, ''बरं, पुन्हा नाही करणार असं.''

दुसऱ्या दिवशी कोष्ट्याच्या घरून जेवून येताना मास्तरांनी एका नक्षीदार उंच पेल्यातून आमटी आणि कागदात गुंडाळून दोन पोळ्या आणल्या होत्या. मी अंगणात शेगडी पेटवीत होतो. मास्तर म्हणाले, ''राहू दे आता ती खटपट. इथून पुढे ही शेगडी पेटविणार, स्वयंपाक करणार आणि मग जेवणार? अकरा वाजले.''

मी म्हणालो, ''त्याला काय उशीर, आता करतो.''

''करणार असलास तर कर, पण हे खा आधी.''

त्या तूप लावलेल्या शेतगव्हाच्या भल्यामोठ्या तीनपदरी पोळ्या आणि सोलाण्याची झणझणीत आमटी मी कितीतरी दिवसांनी खाल्ली. पोट तुडुंब भरले. काही करण्याची जरुरी राहिली नाही.

पुढे आपण जेवून येताना मास्तर रोज काहीतरी घेऊन येऊ लागले. कधी भाजी-भाकरी, कधी पोळी, कधी खिचडी.

कसलातरी सण होता. मास्तरांच्या घरापलीकडे सावकार मांडे यांचा वाडा होता. तिथून मला निरोप आला की, दुपारी बारा वाजता जेवायला ये.

मी चकित झालो.

निळ्या रंगाची अर्धी चड्डी, आत शर्ट घालून पहिल्यांदाच मांड्यांच्या वाड्यात पाऊल टाकले आणि फार बावरून गेलो.

जिकडे-तिकडे फार स्वच्छता होती. उदबत्त्यांचा सुवास होता. रंगीत पाट बसायला दिसत होते. पाणी प्यायला चांदीचे भांडे होते. सगळे जण सोवळे नेसून जेवायला बसले होते. मला ओशाळल्यासारखे झाले. मीच तेवढा त्या पंक्तीत धरून आणल्यासारखा होतो. मी संकोचून मुठीएवढा झालो. सावकार दोन वेळा म्हणाले, ''नीट पोटभर जेव रे, लाजू नकोस.''

मला मुळीच जेवता आले नाही.

घरी परत आलो. मास्तर येताक्षणीच त्यांना म्हणालो, ''मला आज मांड्यांकडे जेवायला बोलावलं होतं.''

''मीच त्यांना बोललो होतो. आता सणावारी तिथंच जेवत जा.''

''मी जाणार नाही.''

''का?''

''मला लाज वाटते. ते फार श्रीमंत लोक आहेत. त्यापेक्षा मी आपला हातानं करून खात जाईन.''

आणि हे म्हणताना मला रडायलाच आले. माझ्या पाठीवर हात फिरवून मास्तर म्हणाले, ''हे बघ, तुला नको असेल, तर राहू दे.''

त्या काळी कुंडलला खाणावळ वगैरे नव्हती. बाजारपेठेतच एक हॉटेल मात्र होते. हॉटेलच्या मालकाशी बोलून मास्तरांनी माझी जेवणाची व्यवस्था तिथे केली. महिन्याला पाच रुपये द्यायचे, असे ठरले. मास्तरांनी मला सांगितले, ''आता अगदी व्यवस्थित जेवत जा. आपण पैसे देणार आहोत, शिवाय माझ्या ओळखीचा आहे.''

त्या हॉटेलच्या मागल्या बाजूस भटारखाना होता, तिथे बसून मी जेवू लागलो. तोंडी लावायला भजी आणि शेवेच्या तळणाचा वास असे.

मास्तर चौकशी करीत, ''काय रे, चांगलं झालं का जेवण?''

''हो...''

''तू लेका खरं सांगायचा नाहीस!''

एकदा मी जेवत असताना मास्तर अचानक आले. जवळ उभे राहून त्यांनी माझे पान पाहिले. मग त्यांचे समाधान झाले.

चार महिने गेले. आम्ही परीक्षेसाठी औंधला गेलो. तिथेही चार ओळखीच्या ठिकाणी जाऊन मास्तर सांगून आले, ''आमच्या व्यंकटेशला जेवायला पाठवितो.''

मी परीक्षा देऊन आमच्या गावाला आलो. चांगला पास झालो. आटपाडीला हायस्कूलमध्ये जाऊ लागलो. वर्षभराने मास्तरांचीही बदली आटपाडीला झाली. मी दुसरी परीक्षा पास झालो. मास्तर म्हणत, ''आता दुर्लक्ष करू नकोस. स्केचेस करीत जा. सारखं काहीतरी करीत राहावं. तुला समज छान आहे. उत्तम हात आहे. कल्पक आहेस. मोठा चित्रकार हो; म्हणजे मी सर्वांना सांगेन की, हा माझा विद्यार्थी होता म्हणून!''

पण चव्वेचाळीस साली मी सगळेच सोडले आणि कुठल्या कुठे भरकटलो. सारे उलटे होऊन गेले. मी मुंबईला धडपडत असताना कधीतरी मास्तर मुंबईला येऊन गेले होते. माझा पत्ता काढीत खूप भटकले होते; पण भेट झाली नव्हती. त्यांचे फक्त एक कार्ड मला मिळाले. 'मी येऊन गेलो, पण भेटला नाहीस', असा मजकूर होता.

त्यानंतर बऱ्याच वर्षांनी मी गावी गेलो. मास्तर आता रिटायर झाले होते. त्यांचे औषधाचे दुकानही नीट चालत नव्हते. कारण गावात दोन-तीन खासगी दवाखाने निघालेले होते.

फार दिवसांनी पाहिल्यामुळे असेल; पण मास्तर मला पार मावळून गेल्यासारखे दिसले. अंगाने वाळले होते, केस पांढरे झाले होते, डोळ्यांतले आणि तोंडावरचे हसू नाहीसे झालेले होते. माझ्याशी बोलताना परकेपणा दिसला. मला म्हणाले, ''तुम्ही मोठे झालात, भराऱ्या घेतल्यात. आम्हालाही त्याचा फायदा होऊ द्या की! तुझ्या सिनेमाच्या एखाद्या स्टुडिओत मला काम बघ. आम्ही काय असंच या गावंढ्या गावी कुजून मरायचं का?''

बापड्या मास्तरांना सिनेमाचे जग मुळीच माहीत नव्हते. काही कल्पना नव्हती. त्यांच्या फ्री-हँड ड्रॉइंगला, नेचर ड्रॉइंगला आणि स्टिल लाइफला या जगात काय वाव होता? इथली स्पर्धा, इथली हलाखी, इथला खोटारडेपणा त्यांना कुठला

झेपायला? त्यांना या जगात कुठे जागा नाही, हे मला माहीत होते; पण मी उगीचच म्हणालो, ''बराय, मी चौकशी करून कळवेन तुम्हाला, स्टुडिओत जर जागा असली तर....''

मी मध्यंतरी कोल्हापूरला पुन्हा पेंटिंगच्या क्लासला गेलो होतो. तेही अर्धवट राहिले होते. पुण्याला आल्यावरही लँडस्केप करण्यासाठी जात होतो. चित्रकलेच्या बाबतीतील धरसोड काल-परवापर्यंत चालू होती.

दरम्यान, कलाल मास्तर पैगंबरवासी झाले. काही पोटातील विकार झाल्याचे निमित्त झाले. ऑपरेशन झाले आणि त्यातच मास्तरांचा अंत झाला. हा 'माझा विद्यार्थी' असे शेवटपर्यंत त्यांना माझ्याबद्दल सांगता आले नाही. मी चित्रकार झालो नाही. माझ्या लिहावयाच्या टेबलाच्या खालच्या कप्प्यात अजूनही रंगांच्या बाटल्या आहेत. ब्रशेस आहेत. बोर्ड आहे. चित्रकलेचे नानाविध साहित्य आहे. जुनेपुराणे झालेले हे साहित्य अजून पडून आहे.

माझा मुलगा परवा हे सगळे साहित्य काढून बसला, तेव्हा त्याची आई त्याच्या अंगावर ओरडून म्हणाली, ''त्याला हात लावू नकोस. त्यांच्या कामाचं आहे ते सगळं. तुला हवं असेल, तर नवीन आण; पण ते नको घेऊस.''

ही गोष्ट मला कळली, तेव्हा मी मुलाला म्हणालो, ''तू घेऊन टाक ते सगळं. मला लागणार नाही आता.''

■

। अकरा ।

माझे वडीलबंधू

एकोणीसशे अडतीस साल. जुलै महिना. आभाळ सदा भरून आलेले, सारखा चिरीचिरी पाऊस लागलेला. आमच्या घरातले वातावरण उदास. दादा आणि आई दोघांचेही चेहरे काळवंडून गेलेले. घरात आम्ही सगळी कळती मुले होतो. माझे वय अकरा वर्षांचे, मोठा भाऊ भालचंद्र दिघंचीला चुलत्याकडे होता. आम्ही कुंडलला होतो. संस्थानात काही नवा कायदा जारी झाला होता आणि दादांना नोकरीतून एकाएकी निवृत्त केले होते.

आता इथून जायचे ते आपल्या खेडेगावीच – माडगूळला, पण त्यापूर्वी लोकांची देणी भागवायची होती. घरभाडे बेसुमार थकले होते. वाण्याची, दूधवाल्याची, याची-त्याची बिले द्यावयाची होती. त्यावाचून कोण बिऱ्हाड उचलू देणार?

आई सारखी अण्णांची वाट बघत होती. कोल्हापूरला पत्र गेले होते आणि आईला वाटत होते, 'या परिस्थितीत आता कोणी उभा राहिला, तर तो माझा मोठा (म्हणजे सोळा वर्षांचा) मुलगाच! त्याला मोठी नोकरी नसू दे, त्याच्यापाशी पैसे असू-नसू देत; पण तो आता यावा. या प्रसंगी त्याने काहीही करून यावं.'

घरातले ते वातावरण आणि आईचे स्वत:शीच चाललेले बोलणे मी ऐकत होतो आणि रडकुंडी येऊन म्हणत होतो, 'का येत नाही अण्णा? इतकी वाट का बघायला लावतोय? त्याने आता आले पाहिजे.'

मग रोज सकाळी उठून, डोक्यावर गोणपाट पांघरून मी पावसातून ओढ्या-वरच्या लहान पुलावर जात होतो आणि किर्लोस्करवाडीहून येणाऱ्या सडकेकडे पाहत

कठड्यावर बसून राहत होतो. तिथून थेट वरपर्यंत लांबलचक रस्ता दिसे.

विलक्षण अधीर होऊन मी टांग्याची वाट बघत असे आणि टांगा दिसत नसे. शाळेची वेळ झाली म्हणजे निराश होऊन मी पुलावरून उठून जाई. दोन-चार दिवस हा क्रम चालू होता.

आणि एके दिवशी झिमझिम पावसातून चालत अण्णा आला. कितीतरी वर्षांत मी त्याला पाहिले नव्हते. अंगात रेनकोट घातलेला आणि हातात पिशवी घेतलेला अण्णा आला. त्याला पाहून मला आनंदाने अगदी रडू आले!

दहा-वीस पावलांवर असलेल्या अण्णाला न भेटता तोंड फिरवून धावत-पळत मी घरी आलो आणि आईला म्हणालो, ''अगं आई, आपला अण्णा आला.''

''खरं रे?''

''अगं, खरंच! मी पुलावर पाहिला.''

''आता? आता तो सगळं वारील बघ!''

– आणि गेले दोन-तीन आठवडे घरात भरून राहिलेली उदासीनता मावळली. दिवाळी आली!

अगदी लहानपणची ही एकच ठळक आठवण माझ्या मनात घर करून राहिली होती. पुलावर मी वाट बघत बसून राहिलो आहे आणि पावसातून चालत येणारा अण्णा दिसताच आनंदाने रडत घराकडे धावतो आहे.

अण्णा नेहमी कुठेतरी परगावीच असत. ते घरी भावंडांत असलेले मला फारसे आठवत नाहीत. आईच्या भाषेत म्हणावयाचे, तर अण्णा नित्याचा परदेशी असे.

श्रावणातल्या सोमवारी निरांजन पेटविलेले तबक तयार करून आई विचारी, ''कोल्हापूर कोणत्या दिशेला रे?''

टोपी घालून पाटावर बसलेला थोडा कळता असा मीच. भालचंद्र शाळा शिकायला म्हणून अक्काकडे किंवा बिटाकाकाकडे असे. श्याम फारच लहान होता. मला तरी एवढे भूगोलाचे ज्ञान कुठले? म्हणून टाकायचे, ''आई, कोल्हापूर इकडे, पूर्वेकडे.''

मग आम्हाला ओवाळण्याआधी आई पूर्वेकडे ओवाळी.

अण्णा मुंबईला असोत, पुण्याला असोत, कोल्हापूरला असोत – आई पूर्वेकडे ओवाळायची.

भावंडांपैकी कुणालाही काही गरज पडली की, आई म्हणे, ''जा अण्णाकडे.''

कधीकधी या गरजा अगदी साध्यासुध्या असत; फी-पुस्तकासाठी पैसे, नवे कपडे, स्वेटर, ब्लँकेटे – असल्या. कधीकधी मोठ्याही असत. शेतीसाठी इंजीन हवे

असे. कधी बैलजोडी हवी असे. कधी विहीर खोदायची असे, तर कधी जमीन खरेदी करावयाची असे. गरज लहान असो, मोठी असो; सर्वांनी थेट अण्णा असतील तिथे जायचे. जर कोणी विशेष आजारी असले, तरी त्याने अण्णाकडे जायचे. महिना-पंधरा दिवस औषधपाणी करून बरे व्हायचे.

अण्णा सर्वांचे होय-नव्हे पाहत असत. त्यांनी 'नाही' असे कुणाला म्हटले नाही. सर्वांच्या अडी-अडचणी वारायच्या; भावांच्या, भावजयींच्या, बहिणींच्या, भाच्यांच्या, पुतण्यांच्या, चुलत्यांच्या. बरे, आमचे कुटुंबही असे की, अण्णाचे पांघरूणही नेहमीच अपुरी चादर ठरायचे. तोंडावर घेतले की, पाय उघडे, पाय झाकले की, तोंड उघडे!

त्यांच्या वयाच्या सोळाव्या वर्षापासून आजतागायत हे चालू आहे. त्यातूनच अण्णांनी लिहिले. कथा, कविता लिहिल्या. चित्रपटात कामे केली. गीते लिहिली. चित्रपटकथा लिहिल्या. पारितोषिके मिळविली. गीतरामायण लिहिले. राजकारणात भाग घेतला. सभा-संमेलने गाजविली.

अहो, या एकट्या माणसाने पन्नास वर्षांच्या काळात किती म्हणून काम केले!

कामाला बसले म्हणजे वाघासारखे आहेत. लिहिणे कष्टसाध्य कधीच नाही. मोत्यासारख्या स्वच्छ अक्षरांत पानामागून पाने लिहितात. मी माझी एकेक गोष्ट पुनःपुन्हा लिहीत असे. मी लिहिलेले पान मोडून फेअर करीत बसलो म्हणजे अण्णा म्हणत, ''हस्ताक्षराचा ब्लॉक करून छापत नाहीत व्यंकोबा; कंपोज वगैरे करून मग छापतात.''

विद्यार्थी दशेपासून अण्णांनी अगदी वेगळी वाट चोखाळली आणि कधी पूर्वी आमच्या घरात नव्हते, ते आले. साहित्य आले, राजकारण आले; अभिनय, चित्रकला यांसारख्या कला आल्या. अण्णांचा अनेक क्षेत्रांशी संबंध! त्यामुळे किती वेगवेगळे नामांकित लोक आमच्याकडे येऊ लागले.

त्या आडवळणी माडगूळलासुद्धा रानात टाकलेल्या त्या बामणाच्या पत्र्याखाली साहित्य आणि चित्रपटक्षेत्रातील कितीतरी मंडळी येऊन राहून गेली.

मला नेहमी वाटते की, अण्णांनी पंचक्रोशी ओलांडली नसती, तर आम्ही सर्वच भावंडे कुठेतरी प्राथमिक शाळेतील शिक्षक किंवा व्हिलेज पोस्टमन किंवा पोलीस किंवा तलाठी, नाहीतर किराणामालाचे दुकानदार झालो असतो!

अण्णा कुटुंबातील मोठे आहेत आणि ही वाट्याला आलेली भूमिका ते फार जबाबदारीने, फार अभिमानाने पार पाडतात. कधीकधी वाट्याला आलेल्या या भूमिकेबद्दल ते तक्रारही करतात; नाही असे नाही. मधला भाऊ म्हणून ते मला

म्हणतात – ''हा आमचा तात्या, लोण्यातला पावटा आहे.'' याचा एवढासा छापील संसार सोडला, तर याच्यावर जबाबदारीच नाही. पण अण्णा कधी मधला किंवा धाकटा भाऊ झालेच नसते. ते जन्मजात वडीलबंधू आहेत. त्यांच्यावर मोठेपणाची जबाबदारी टाकली नाही, तर त्यांना करमायचे नाही. 'मोठ्ठे' हा हुद्दा ते अभिमानाने, सांबर शिंगे वागवितो तसा वागवितात आणि त्यांच्या वागण्यामुळे हा हुद्दाही अगदी सार्थ होतो.

कितीतरी वर्षे झाली. वीस-बावीस तरी असतील. जेव्हा कशात काहीच नव्हते, तेव्हाची गोष्ट. आमच्या दुष्काळी गावातून पूर्वेकडे, माळावर जाणाऱ्या पाऊलवाटेने आम्ही भाऊ चाललो होतो. गावापासून अर्धा-पाऊण मैल दूर. अगदी फोंड्या माळावर खंडोबाचे देऊळ आहे. गावी आले की, कुलदेवतेचे दर्शन घ्यायचे, हा अण्णांचा रिवाज आहे. संध्याकाळ झाली होती आणि आम्ही देवळाकडे निघालो होतो.

अण्णा म्हणाले, ''अरे, मला वाटतं की, या गावी आपण खूप जमीन घ्यावी, विहिरी खोदाव्यात, गुरेढोरे घ्यावीत, फळांच्या बागा कराव्यात, अन्नधान्याची रेलचेल होईल एवढे पिकवावे. सगळे कुटुंब तृप्त करावे, सुखी व्हावे. शरदबाबूंच्या कादंबरीतून रंगविलेली ती खानदानी बंगाली जमीनदारांची कुटुंबे असतात ना, तसे आपले कुटुंब व्हावे.''

स्वभावत: मी सावधबुद्धीचा माणूस. सारासार विचार नित्य असतोच. मला वाटे, 'किती आडवळणी हे गाव! इथे ना पाणी, ना वीज, ना रेल्वे, ना रस्ते... इथे होऊन-होऊन काय होणार?'

पण अण्णा असे काही बोलू लागले की, इतक्या विश्वासाने बोलतात की, ते म्हणत ते होणे अगदी नैसर्गिक गोष्ट आहे, असे वाटू लागते.

तरीपण सावधपणे मी काही बोलून जातोच. मग अण्णा थोडे स्तब्ध होत. वेगळ्याच आवाजात म्हणतात, ''अरे, इतके तरी होईल असे वाटले होते का? जरा मागं वळून बघ. मग पुढेही होणार नाही कशावरून? आपण काय वाईट बुद्धी ठेवलीये, म्हणून आपले भले होणार नाही?''

मला पुष्कळदा वाटते की, आयुष्यात इतके टक्केटोणपे खाऊन ही श्रद्धा यांना कशी बरे जपता आली? अंबाबाईचा अंगारा लावला की, नातवंडांचा ताप उतरेल, अशी आमच्या आईची जशी ठाम समजूत असते; तशीच अण्णांचीही असते की, आपण पापबुद्धी ठेवली नाही, तर आपले चोहो अंगांनी कल्याणच होईल!

अण्णा मनाने धार्मिक आहेत. सुरेख पीतांबर नेसून करंडीभर फुलांनी रोज

देवपूजा करावी, मोठमोठ्याने स्तोत्रे म्हणावीत, रोज ज्ञानेश्वरी वाचावी – असे त्यांचे चालू असते. गणेश चतुर्थीला घरी ब्रह्मवृंदांचा मेळावा बोलावून मंत्रघोष झालेला त्यांना मनापासून आवडतो. सण-समारंभ दणक्याने व्हावेत, पंगती उठाव्यात, पाहुण्यारावळ्यांची, इष्टमित्रांची घरात गर्दी उडावी, यात त्यांना आनंदीआनंद असतो.

माडगूळला आमच्या रानातील पाचखणी इमारतीत राहण्यात त्यांना सुख असते. मग ते कधीतरी विलक्षण श्रद्धेने म्हणतात, ''तात्या, मला वाटते, या ठिकाणी पूर्वी यज्ञ वगैरे झाले असतील. त्याशिवाय एवढी प्रसन्नता या जागी नांदायची नाही.''

परवा आम्ही सारे मराठवाडा साहित्य संमेलनाच्या निमित्ताने लातूरला गेलो, तर आपण आता तुळजाभवानीचे दर्शन घेतल्यावाचून परत जायचे नाही, असा निर्णय अण्णांनी जाहीर केला. आम्ही म्हणालो, ''अण्णा, उशीर होईल. ग्रामस्थ लोक तुम्हाला तसे सोडणार नाहीत.''

''छे रे, फक्त दर्शन घ्यायचे आणि निघायचे. ग्रामस्थांना काही पत्ता लागणार नाही.''

त्या घाईगर्दीत अण्णांनी देवदर्शन केलंच. भवानीचा एक चांदीचा टाक आपण खरेदी केला, मला एक घेऊन दिला आणि बजावले, ''नुसता 'क्युरिओ' म्हणून ठेवू नकोस; देव्हाऱ्यात ठेव!''

आम्हाला धास्ती होती, ते झालेच. गावात बातमी पसरली. ग्रामस्थ मंडळी जमा झाली. त्यांनी सभा घेतली. भाषणे केली, करवली. हारतुरे, चहापाणी... सर्व झाले. परस्पर माडगूळला जाण्याचा बेत अण्णांना रहित करावा लागला. पुण्याला पोहोचायला चांगली रात्र झाली.

उद्योगधंद्याच्या निमित्ताने अण्णा नेहमीच कुटुंबापासून दूर असत. आजही ही स्थिती फारशी बदललेली नाही. पुण्यातील 'पंचवटी'तसुद्धा त्यांचा निवास कमीच असतो. बहुधा ते एकटेच मुंबईला असतात. मुंबईला नसले, तर नागपूरला गेलेले असतात. नागपूरहून आले की, सांगलीला जातात आणि सांगलीहून आले की, लगेच त्यांना ग्वाल्हेरला जायचे असते.

पुण्यात आल्यापासून मी नेहमी त्यांच्याशेजारी घर पाही. बावन्न साली ते जिमखान्यावर होते. मी एरंडवण्याला घर पाहिले. नंतर त्यांनी अकरा, मुंबई रोडला बंगला घेतला; तेव्हा मी १०, मुंबई रोडला राहू लागलो. एका गावात असून अण्णांची पंधरा-पंधरा दिवस गाठभेटसुद्धा होत नव्हती. असा प्रसंग नको म्हणून मी

बरीच वर्षे ही खटपट केली. आता आम्हा दोघांची दोन टोकांना घरे झाली आहेत. त्यामुळे खो-खो सारखा चालू असतो. कधीकधी महिना-दीड महिना असा जातो की, गाठ पडली नाही, बोलणे झाले नाही.

परवा होते म्हणून आज जावे, तर सकाळीच नाशिकला गेलेले असतात. यांच्या अध्यक्षतेखाली साताऱ्याला होणाऱ्या समारंभाचे निमंत्रण मला पोस्टाने आलेले असतेच आणि पुढच्याच आठवड्यात आम्हा दोघांनाही ठाणे ग्रंथालयाच्या अमृतमहोत्सवानिमित्त जायचे असते. तिथे तरी गाठभेट होईल म्हणावे, तर ऐन वेळी अण्णाची तार येते, मला ठाण्याला येता येणार नाही.

अशी चुकामूक होत कधीतरी सकाळी फोन येतो, ''अरे तात्या, मी अण्णा बोलतोय. तुझा पत्ता काय?''

मग मीच अपराधी आवाजात म्हणतो, ''रेडिओच्या कामात होतो. नवीन वर्षाच्या कार्यक्रमाची आखणी चालली आहे.''

''बरं, तब्येत कशी आहे?''

''उत्तम आहे.''

''फर्स्ट क्लास! ते तुझं नवं नाटक केव्हा वाचून दाखवतोस?''

''तुम्ही म्हणाल तेव्हा.''

''उद्या संध्याकाळी तुझी चाकरी वगैरे संपवून ये. मी आहे घरीच.''

संध्याकाळी जावे, तर अण्णा मोठ्या कोचात बसलेले आणि सभोवती चार-सहा माणसे. कुणाचे काही काम, तर कुणाचे काही. चित्रपटातील नटरंगी लोक, राजकारणातील पांढरी मंडळी, कोणी पाहुणा, तर कोणी नातेवाईक, तर कोणी बालमित्र – वीस वर्षांनी भेटलेला, असा गोतावळा जमलेला असतो. बापड्या वहिनी चहा-कॉफी पुन:पुन्हा करीत असतात. प्रसन्न, हसतमुख चेहऱ्याने आल्या-गेल्याशी बोलत असतात.

मी आत-बाहेर करीत राहतो.

असे होता-होता आठ-साडेआठ होतात आणि कोणीतरी गाडी घेऊन अण्णांना न्यायला येतो.

''या.''

त्यांचे भरघोस स्वागत करून अण्णा गरजतात, ''अरे, माझे कपडे काढा!''

मग वहिनी तयारी करून देतात. मुले मदत करतात. कोणी घड्याळ शोधून देतो. कोणी शर्टाला बटणे लावतो. वहिनी रुमालाला सेंट लावून देतात. परीटघडीचा खादी अंगरखा, धोतर, अंगात जाकीट असा पोशाख करून अण्णा बाहेर जायला निघतात. मला पाहताच त्यांना आठवण होते, ''अरे तात्या, ते तुझं वाचायचं राहिलंच की! आज या साहेबांकडे जेवायला जायचं आहे. काय करू या?''

"राहू दे आज; पुन्हा वाचू."

असे घडते. तरीपण माझ्या लेखनाचे पहिले श्रोते अण्णाच असतात. मी वाचून दाखवावे आणि गालात पान धरून त्यांनी ऐकावे. ऐकता-ऐकता अण्णांचे बारीक डोळे चटकन भरून येतात.

"वा! तात्या ऊर्फ तंटा भील (फारच प्रसन्न असले म्हणजे अण्णा मला असे संबोधतात.), तुमचे हे नाटक बेस्ट ठरणार बघा!"

"चाललं पाहिजे पण."

"चालेल. प्रयोगापाठीमागे एक रुपया रॉयल्टी आम्हाला द्याल का?"

"देऊ."

"मग आम्ही शंभर रुपये मिळवूच."

मग चार दिवस जातील तिथे सांगतील –

"वा:! काय आमच्या तात्यानं नाटक लिहिलंय!"

कधीतरी रात्री पंचवटीच्या परसात, तुळशीवृंदावनापाशी आम्ही दोघेच उरतो. आभाळात चांदण्या असतात. अशोक वृक्षाच्या डहाळ्या हलत असतात आणि आम्ही सुख-दु:खे बोलतो. साक्षीला वहिनी येऊन बसतात.

अण्णा म्हणतात, "तात्या, या प्रपंचाच्या ठायी सुख नाही. मंदे, तुझ्या मुलांसाठी मला इतकं काम करावं लागतं की, लिहाय-वाचायला वेळ मिळत नाही. प्रतिभेचा बाजार करावा लागतो. वैताग येतो मला. असं वाटतं की, हिमालयात जावं सगळं सोडून."

वहिनी हळूच हसून म्हणतात, "जा की! कुठल्या गाडीनं जाणार, ते मलाही सांगा; मीही येते."

असा निवृत्तीचा मूड आला की, अण्णा-वहिनींचे भाषण फारच बहारीचे होते.

अण्णा धावपळीत, व्यापात असतात. मीही आपल्या परीने असतो. वर्षा-दोन वर्षांनी आई माडगूळहून येते. आठ-पंधरा दिवस आपल्या थोरल्या लेकाकडे राहून मग माझ्याकडे येते.

रात्री निजानीज झाली म्हणजे माझ्या उशाशी येऊन बसते. तिला आता काही खास बोलायचे असते, हे मला कळते.

"अरे, त्या जिवाला उसंत नाही रे! मला बघ, गेल्या खेपेपेक्षा थकलेला दिसला. केस कसे पिकले त्याचे? (हिचे वय आता बहात्तर आहे.) किती ओढावं त्या एकट्या जिवानं? त्याला थोडी विश्रांती देत जा. कसले तुम्ही भाऊ?"

यावर मी हसून, काहीबाही विनोद करून आईची काळजी जावी अशी खटपट

करतो; पण मनोमनी ठरवितो की, अण्णांना आता म्हणावयाचे, ‘अण्णा, तुम्ही वर्षातून दोन महिने माडगूळला जाऊन राहा. आता तुम्ही कटाक्षाने विश्रांती घेतली पाहिजे. प्रकृतीला जपले पाहिजे. आता तुम्हाला एवढी दगदग झेपत नाही.’ असे मी ठरवितो; पण त्याच वेळी मला हेही माहीत असते की, अण्णा सगळे ऐकून घेऊन म्हणतील, ‘तात्या, अरे, मला काम करीत राहिलं पाहिजे आणखी काही वर्षं. मग पुढे आहे सगळी विश्रांतीच. तेव्हा मग करायचं लेखन-वाचन... आपल्या मनासारखं.’

विद्यावहिनीचे ‘कवि’, सात मुलांचे पपा, आईचा मोठा मुलगा, आम्हा चार भावांचे वडीलबंधू, अक्का-लीलाचे माहेर या नात्यापलीकडे आणखी एक नाते सगळ्या कुटुंबाचे आणि अण्णांचे आहे; माणदेशातील लहान शेतकरी आणि आभाळातील काळे-निळे मेघ यांचे असते, तसे. त्याने कुठेतरी दूर असायचे आणि सर्वांनी कधी पडेल, कधी बरसेल म्हणून वाट बघत राहायचे. वरचेवर डोळे त्याच्या दिशेला वळवायचे.

– आणि बरसला की, आनंदाने न्हाऊन जायचे!

■

। बारा ।

आजीने पाहिलेला चोर

एकाएकी घबराट निर्माण होण्याचे प्रसंग आमच्या कुटुंबात बहुधा रात्री घडत. माडगूळकरांच्या घरात चोर शिरल्याची घटना अजून माझ्या ध्यानात आहे. आमचे दादा म्हणजे वडील हे किती सज्जन आणि साधे गृहस्थ होते, हे मी आजवर अनेकदा सांगितले आहे. माझी आजी वेडी होती, हेही मी सांगितले असावे. आजीला हे वेड लागले दादांच्या जन्मानंतर पुष्कळ वर्षांनी. तिच्या वेडाचे तात्कालिक कारण अगदी साधे होते. आमच्या गावी गोपाळ पाटील नावाचा एक जबरदस्त पाटील होता. त्याचा खून झाला. कोणीतरी निजल्या जागी डोक्यात धोंडा घालून त्याला मारून टाकले आणि मुडद्याची विल्हेवाट लावली होती. ह्या प्रकारानंतर गावात पोलीस पार्टी आली आणि खुनाच्या तपासासाठी गावात गॅट बसली. नेमके त्याच वेळी माझे आजोबा गावातून जे नाहीसे झाले, ते चांगले तीन महिने! परस्परांशी काही संबंध नसलेल्या या दोन घटनांचा आजीच्या मनाने संबंध जोडला. (साहजिकच मग लोकांनीही तो जोडला!) शिपायांची गॅट गावात बसली, या गोष्टीचा तिला एवढा धसका बसला की, ती वेडी झाली! पुढे आजोबा परत आले. खुनाचा तपास लागला नाही, तरी आजीचे हे वेड तसेच राहिले.

आजीचे हे वेड फार माफक प्रमाणात होते. रोजची कामे आटोपली, थोडी सवड मिळाली, म्हणजे घराचा एखादा अंधारा कोपरा बघून ती पाखरासारखी दोन पायांवर बसत असे. दोन्ही हातांचे तळवे जोडत असे आणि कोठेतरी बघत बोलत असे. तिचे हे बोलणे भेदरल्यासारखे आणि कुणातरी जवळच्या

आजीने पाहिलेला चोर । ९३

माणसाला खासगी आवाजात काही सांगावे तसे असे.

'शिपाई आले म्हणे, धरून नेणार आहेत. दडून तरी कुठं बसावं गं? आणि कितीही दडलं तरी ते हुडकून काढल्याशिवाय सोडतील का?'

हे आजीच्या बडबडण्याचे धृपद असे. मग मधल्या ओळी कुठल्याही. त्यात 'भाजीला मीठ कमी पडलं म्हणून पानावरनं का उठावं? दुधाबरोबर खावी गं दशमी! कुंभाराच्या पोराला आगपेण गं कशी झाली?' असल्या काहीही गोष्टी असत.

माझे वडील स्वत:शी मुळीच बोलत नसत. आजीप्रमाणे शिपाई या प्राण्याची भीतीही त्यांना वाटत नसे. फक्त आपल्या डोक्यात केव्हाही काही जड पदार्थ पडेल, अशी भीती त्यांना नेहमी वाटे. त्यांची ही खोड माहीत असूनही माझ्या आईला घरातले सामानसुमान जमिनीवर न ठेवता फळ्यांवर रचून, कोनाड्यात कोंबून किंवा आढ्याला टांगून ठेवण्याची फार हौस! तिच्या या हौशीमुळे आमच्या माडगूळच्या जुन्या घरात शिंकी जागोजागी टांगलेली असत. त्यातून दह्यादुधाची मडकी, भोपळे, कांदे-लसूण असले डोक्यात आदळण्याजोगे पदार्थ ठेवलेले असत. जागोजागी असलेल्या खुंट्यांना कपड्यासारख्या हलक्या वस्तू टांगण्याऐवजी पेरणीची अवजारे, खिळ्यामोळ्यांनी भरलेले पोवरे, टाळ-मृदंग, बैलांच्या चंगाळ्या असल्या घातकी वस्तू टांगलेल्या असत. कोनाड्यातूनसुद्धा जुन्या, फुटक्या तपेल्या, संक्रांती, फुटके गडू, कंदिलाच्या काचा, चेपलेली पंचपात्री, समया असल्या वस्तू दाटीवाटीने कशातरी ठेवलेल्या असत. स्वयंपाकघर आणि माजघर यांतील एकही भिंत फळीशिवाय अशी नसे आणि या फळ्यांवरूनसुद्धा धान्याने भरलेले जड डबे ठेवलेले असत.

साहजिकच घरातून वावरताना माझे वडील दारूगोळ्यांनी भरलेल्या कोठारातून दिवा घेऊन वावरावे, तसे वावरत. कुठे बसायचे झाले, तर अगदी मध्यभागी, वर काही टांगलेले नाही याची खात्री करून घेऊन बसत. तरीसुद्धा खांडातून एखादे पाकोळीचे पोर, चिमणीचे अंडे किंवा पाल नेमकी पटकन दादांच्याच समोर पडे आणि त्यासरशी विलक्षण दचकून ते उठत, धोतर सावरून भराभरा घराबाहेर पडत आणि थेट अंगणात जाऊन उभे राहत.

दादा घरात कुठेही बसले, तरी फळी, कोनाडा किंवा शिंके जवळपास असेच आणि त्यातील काहीतरी काढून घेण्याची बुद्धी आईला होई. वडिलांचे लक्ष नाही, असे बघून अगर त्यांना बोलण्यात गुंतवून आई हवी ती वस्तू चटकन काढून घ्यायला बघे आणि नेमका ठाणकन आवाज होई. त्यासरशी दादा बसल्याजागी हलत आणि दोन्ही हातांनी डोके झाकून घेऊन ओरडत, "हां, पाड आता माझ्या डोक्यात काही!"

खरेतर या वेळी ती वस्तू फेकून मारली तरी लागू नये, इतक्या दूरवर दादा

बसलेले असत.

दादा घरी असले, म्हणजे बरेचकाही काढून घेण्याचे आम्ही सहसा टाळत असू. तरीपण काहीतरी काढून घ्यावेच लागे आणि कंदिलाची काच, गडू किंवा बाटली जमिनीवर आपटून आवाज होई. असा काही आवाज झाला की, दादा विलक्षण अस्वस्थ होत. डोक्यावर रुमाल ठेवून थेट घराबाहेर पडत.

वरून काही पडणार नाही, अशा आभाळाखालून निर्धोकपणे चालणे त्यांना बरे वाटे. आभाळ गडगडत असले म्हणजे मात्र त्याच्याखालून चालण्याचा धोका ते काही पत्करत नसत.

आमची अक्का म्हणजे सर्वांत मोठी बहीण ही स्वभावाने वाळल्या पाचोळ्यावर पाय न देणारी. चोरांनी म्हटले, 'अक्का, सोबत चला की आम्हाला' तर 'आले हं बाबांनो' म्हणून जाणारी. तिचे आणि विंचू या प्राण्याचे विशेष सख्य होते. साधारणत: महिना-पंधरा दिवसांतून एकदा तरी अक्काला विंचू एका अगर अनेक जागी चावत असे. आता घरात आम्ही इतकी भावंडे होतो; आई, आजी, वडील होते; पण सर्वांना सोडून विंचू नेमका अक्कालाच का चावतो, हे आम्हाला कधीच कळले नाही. बरे, दिवसाउजेडी माणूस ओळखता येते, हे मान्य; पण रात्रीच्या काळोखात हीच अक्का, हे विंचवाला कसे कळावे? विंचवाची चूकभूल व्हावी, म्हणून आम्ही अनेक प्रयत्न केले. अक्काला मध्ये झोपवून सगळी भावंडे, आई आजूबाजूला झोपलो, तरीसुद्धा सर्वांना ओलांडून विंचू नेमका अक्कालाच गाठत असे. त्यात एक गोष्ट बरी म्हणजे, अक्काला विंचू फार चढत नसे. फार म्हणजे, आईला चढत असे तितका. वर्षा-दोन वर्षातून एखाद्या वेळी आईला जर विंचू चावला, तर ती रात्रभर गडाबडा लोळत असे आणि सगळे गाव आमच्या घरी जमा होत असे. कुणी मंत्र घाली, औषध करी; पण टक्क रात्र सरून, उजाडून उन्हे वर आल्याशिवाय आईचा विंचू उतरत नसे. त्यामुळे अक्काला विंचू चावला म्हणजे उपचार करता-करताच आई नि:श्वास टाकून म्हणत असे, "तरी बरं बाई, मला नाही डसला."

लग्न होऊन चार मुले झाली, तरी आमची अक्का सासरी चार महिने आणि माहेरी आठ महिने असे. या ना त्या निमित्ताने आईच तिला सारखी बोलावून घेई. यात लेकीविषयीचे प्रेम हा भाव जसा होता, तसा विंचवापासून आपला बचाव करण्याचा छुपा हेतूही असावा, असे दादांचे मत होते. (अर्थात हे खासगीत.) बापड्या अक्काच्या मनात ही शंका मात्र चुकूनही आली नाही.

सरकारी नोकरीत कारकून म्हणून लागल्यानंतर दादांना एक नवीनच विकार

जडला. रात्री-अपरात्री झोपेत ओरडायची त्यांना सवय जडली. विलक्षण भ्यायलेला माणूस बारीक आणि लांबलचक जसा ओरडतो, तसे हे दादांचे ओरडणे असे. काहीही पूर्वसूचना न देता ते एकदम 'हूं, हूं, हूं, हूं' असे उंच ओरडत आणि या विचित्र आवाजाने सावध झालेली गावातील कुत्री भुंकून-भुंकून गाव जमा करीत.

आता मजा अशी की, रात्री आपल्या कानात गोम किंवा काहीही लहान किडा जाईल आणि मेंदूत घर करील, अशा भीतीने माझी आई रोज रात्री झोपताना कानात बोळे घालत असे आणि डोक्यावरून पदरही लपेटून घेत असे. तिची ही भीती व्यर्थ आहे, असे आम्ही तिला वरचेवर पटवून देण्याचा प्रयत्न करीत असू; पण तिला ते कधी पटले नाही. तिचे म्हणणे असे, ''किड्या-मुंग्यांना, गोमी-दानव्यांना बारीक छिद्र दिसले की, आत जाण्याची इच्छा होते. कान आणि भिंतीचे छिद्र यांतला फरक त्यांना काय कळणार? बरे, उताणे झोपले की, आपले कान जमिनीला अगदी जवळ असतात (नाकाचे तसे नाही.), तेव्हा काळजी घ्यावी.''

तिच्या या काळजी घेण्यामुळे वडिलांचे ओरडणे तिला ऐकू येत नसे. आम्हा मुलांपैकी कुणाचीही झोप सावध नव्हती. राहता राहिली अक्का. ती मात्र वडील ओरडू लागले की, धडपडून उठत असे. आईच्या उशाशी काड्यापेटी शोधून दिवा लावीत असे आणि तो घेऊन माजघरातून सोप्यात जात असे. दरम्यान, दादा अंथरुणावर उठून बसलेले असत. (आपलेच ओरडणे ऐकून त्यांना जाग आलेली असे.)

मग अक्का विचारी, ''दादा, स्वप्न पडलं का काही वाईट? ओरडत होतात झोपेत!''

दादा म्हणत, ''हां, पंतसाहेब सोटा घेऊन अंगावर धावले.''

पंतसाहेब म्हणजे औंध संस्थानचे राजे. ते कधीमधी रागावून नोकरांच्या अंगावर सोटा घेऊन धावत. त्या हकिगती दादांनी अनेकांच्या तोंडून ऐकल्या होत्या आणि ही पाळी आपल्यावर कधी ना कधी येणार, असे त्यांना मनोमनी वाटत असले पाहिजे.

दादांना हेच स्वप्न पुन:पुन्हा दिसे आणि ते ओरडत उठत. कधी पंतसाहेब, तर कधी मामलेदार एवढा फरक झाला तर होई.

आमच्या माडगूळच्या घरात चोर शिरले, त्या रात्री आम्ही सर्व जण घरी होतो. खरेतर ही हकिगत लिहिण्यापेक्षा सांगण्यासारखी आहे. कारण वेगवेगळे चमत्कारिक आवाज काढून दाखविल्याशिवाय काही ते समजत नाहीत.

साधारणत: रात्री दोन-अडीचचा सुमार असावा. आई, अक्का आणि आम्ही भावंडे माजघरात झोपलो होतो. आजी पुढल्या सोप्यात होती आणि त्याहीपुढे एक

नवा सोपा होता, त्यात वडील भल्या मोठ्या लाकडी पलंगावर झोपले होते. विंचू दिसावा म्हणून आई समई विझवत नसे. (अक्काचे म्हणणे असे की, त्यामुळे विंचवाला मी दिसते.) पण कितीही भरून ठेवली, तरी तेल संपल्यामुळे समई कधीतरी विझून जाई आणि सगळीकडे गुडुप काळोख होई. रिवाजाप्रमाणे या दिवशी समई विझली होती.

चोरांपैकी एका चोराला प्रथम आमच्या आजीने पाहिले. घराच्या मध्ये जो मोकळा चौक होता, त्याच्या डाव्या कोपऱ्यात तो उभा होता. आजी झोपेतून मध्येच जागी होऊन अंथरुणावर उठून बसायला आणि कोपऱ्यातल्या सावलीत चोराने लपायला एकच गाठ पडली. ओरडावे, तर चोर पळून जाईल, म्हणून आजी हळूच दार ढकलून माजघरात आली. आई आणि अक्का कुठे कुठे झोपल्या होत्या, हे तिने अंधारातच आठवले. आईला हाक मारून ती कधीच जागी होत नसे (कारण कानातले बोळे) आणि आईच्या अंगाला हात लावायची आजीची बिशादच नव्हती. म्हणून ती हळूच अक्कापाशी आली आणि उशाशी बसून म्हणाली, "आक्के, आक्के, ऊठ! घरात चोर शिरलेत."

अक्काने हे ऐकले आणि तिला एकदम रडूच आले. कानात बोळे जरी असले, तरी माहेराला आलेल्या मुलीचे रडणे आईला ऐकू येत असे. ती एकदम ताडकन उठली आणि म्हणाली, "अक्का, कुठं चावला गं?"

यावर काही सांगायच्या ऐवजी अक्का जास्तच रडू लागली. घाबरून आईला मिठी मारू लागली.

"उगी उगी! अगं, रडून काय होणार? थांब, दिवा लावते."

इतके चालले आहे, तोवर दादांच्या मागे पंतबाबा सोटा घेऊन लागले आणि दादा ओरडू लागले.

ते ओरडणे ऐकताच आजीला वाटले, चोर दादांच्या उरावर बसला. ती एकदम ओरडली, "अगं, दिगूला धरला बघ त्यांनी! त्याला वाचवा!"

आईला वाटले, आजी नेहमीसारखी आपले शिपाईछाप बडबडते आहे. ती अंधारातच तिच्या अंगावर खेकसली, "गप्प बसा! एक शब्द बोलू नका. पुरे झाली वटवट!"

आजी भीतीने गप्प बसली. दरम्यान, अक्काने जेव्हा आजीचे बोलणे ऐकले, तेव्हा ती बेशुद्धच झाली. चोर शिरलेत, एवढेच ऐकून तिला भीतीने रडू आले होते. यात दादांच्या छातीवर चोर बसला, हे आजीचे बोल ऐकताच तिची शुद्ध जाणे अगदी साहजिकच होते.

मग आईने उठून समई लावली आणि विंचू चावून निश्चेष्ट पडलेल्या अक्कासाठी ती सहाणेवर कसली तरी मात्रा उगाळू लागली. उगाळता-उगाळता ती म्हणतच

होती, "बरंच्या बरं, मला नाही डसला!"

इकडे आपलेच ओरडणे ऐकून दादांची झोपमोड झाली होती आणि ते उठून अंथरुणावर बसून जांभया काढीत 'हरी हरी' म्हणत होते. आत काय झाले होते, याचा त्यांना पत्ता नव्हता.

थोडा वेळ गप्प झालेली आजी पुन्हा म्हणाली, "कोपऱ्यात बसलेला मी बघितला."

यावर आजीच्या तोंडाभोवती हात ओवाळून आई म्हणाली, "मग चपलीनं ठेचायचा नाही का? चावला की पोरीला."

यावर आजी घाबरून पुन्हा गप्प बसली.

आत दिवा लागलेला आहे आणि काहीतरी गोंधळ सुरू आहे, हे दादांच्या ध्यानात आले. हिरव्या धाबळीची खोळ पांघरून ते माजघरात आले आणि विचारू लागले, "काय गडबड आहे? काय झालं?"

आई म्हणाली, "काही नाही. नित्याचाच भोग आहे. अक्कीला विंचू डसला."

आजीने पाहिलेला चोर अजून कोपऱ्यातच होता. मुलगा उठून आल्याचे पाहून आजी उठली आणि दादांचा हात धरून त्यांना हळूच म्हणाली, "दिगू, अरे, चोर शिरलाय घरात. त्या कोपऱ्यात बसलाय!"

त्यासरशी गाव जागे करून मदतीला बोलवावे म्हणून दादा ओरडले, "चोर चोरऽऽ धरा... हाणा... चोरऽऽ"

मात्रा उगाळायची सोडून मग आईही मोठ्याने ओरडली. या गडबडीत आम्ही जागे झालो आणि रडू लागलो. गावातील कुत्री जागी होऊन भुंकू लागली.

आई म्हणाली, "तुम्ही आधी आत व्हा आणि दाराला आतून कडी लावून घ्या."

सोप्यातले दादा माजघरात आले. त्यांनी आजीलाही ओढून आत घेतले आणि दाराला कडी लावली. आम्ही सगळे जण आई-दादांना मिठ्या मारून जोरजोरात किंचाळू लागलो. आईने घाबऱ्या-घाबऱ्या आवाजात जड वस्तू, पाटा, वरवंटा, पाट, दुभत्याची पेटी या वस्तू मागच्या आणि पुढच्या दारापाठीमागे रचल्या. हलकल्लोळ झाला.

मग गावातील चार धीट लोक हातात कंदील आणि काठ्या-लाठ्या घेऊन आले. बाहेरून हाका मारू लागले, "बापू, दार उघडा. बापू, भिऊ नका; आम्ही आहोत. कुठे आहेत चोर?"

दादांनी घरातूनच सांगितले, "अंगणाच्या डाव्या कोपऱ्यात आहे. ठोक मरंस्तवर!"

लोकांनी अंगणाचा डावा कोपरा बघितला, तर कुणाचीतरी काळी-पांढरी शेळी तोंड हलवीत उभी होती.

"बापू, कोपऱ्यात चोर नाही; शेळी आहे. शेळीला भ्याला काय?"

दादा चमकावून म्हणाले, "नीट बघा."

"बघितलं. शेळीशिवाय काही नाही. तुम्ही कुणाला बघितलं?"

मग दादांनी भराभर दाराला लावलेले सामान काढून दार उघडले. लोक चौकशी करू लागले. धीर देऊ लागले.

दरम्यान, अक्का सावध झाली आणि विचारू लागली, "धरले का चोर?"

आई म्हणाली, "चोराचं मढं जाऊ दे तिकडं. तुझं विंचू उतरला का?"

अक्का गांगरून म्हणाली, "तो कधी चावला आणखी?"

"अगं, मग तू मघा रडत का होतीस मला जागं करून?"

"विंचू चावला, म्हणून नाही. आजी मला म्हणाली, अंगणाच्या कोपऱ्यात चोर लपलाय. अगं, मला घाबरून रडूच आलं."

यावर आई कपाळावर हात मारून म्हणाली, "काय बाई माणसं तरी, शहाण्यालाही वेडं करतील!" आणि आजीकडे वाटीएवढे डोळे करून तिने विचारले, "काय हो, कुठाय चोर? शेळी म्हणजे चोर होय?"

आम्ही भावंडे इतका वेळ रडत होतो, ती मोठमोठ्याने हसू लागलो.

लोक म्हणाले, "अहो वयनी, म्हातारं माणूस ते. डोळ्याला दिसतंय का नीट? सोडा, होती चूकभूल माणसाची. जाऊ का आम्ही बापू?"

दादा ओशाळून म्हणाले, "हो–हो, जा. उगीचच एवढा गोंधळ झाला."

लोक निघून गेले. आम्ही पांघरूण घेऊन सारखे हसत होतो.

■

। तेरा ।

पाव्हणा

माडगूळपासून सोळा मैलांवर आमच्या अक्काचे सासर होते, पण सासुरवाशीण असल्याने वर्ष-वर्ष, दोन-दोन वर्षे तिला माहेरी जायला मिळत नसे. सटीसामाशीला ती कधी यायची. तिचे येणे आम्हा भावंडांना फार अपूर्वाईचे असे.

एकवार अक्काला घेऊन तिची घरची बैलगाडी धुरळा उडवीत माडगूळच्या वेशीत शिरली, तेव्हा गाडीमागून पाव्हणाही आला. अंगावर धावून येणाऱ्या गावच्या कुत्र्यांकडे दुर्लक्ष करून तो आमच्या घरी आला. आठ-पंधरा दिवस आनंदाने राहिला.

पंधरा दिवस माहेरी राहून अक्का सासरी जायला निघाली. आम्हाला नेहमीसारखे फार वाईट वाटले. अक्काची गाडी वेशीबाहेर पडेपर्यंत आम्ही मागोमाग गेलो. पाव्हणा आमच्याच बरोबर होता.

मग अक्काने डोळ्यांत पाणी आणून आम्हा सगळ्यांचा निरोप घेतला. 'कुचू कुचू काटे' असलेल्या सासरच्या वाटेने तिची गाडी चालू लागली.

पाव्हणा गाडीमागोमाग परत गेलाच नाही. आमच्यात उभा राहून गाडीकडे बघत तो शेपूट हलवीत राहिला.

गाडी वळणाआड होण्याअगोदर पाव्हणा विसरला, हे माझ्या ध्यानात आले. मी ओरडून अक्काला सांगितले, "अगं अक्का, कुत्रा राहिला की!"

अक्काने हाताने खूण करून सांगितले, 'राहू दे, राहू दे.'

ही नसती पीडा कशाला म्हणून मी 'हाड हाड' करून पाव्हण्याला गाडीमागे धुडकावण्याचा प्रयत्न केला, तेव्हा मी मारलेला

खडा चुकवून पाव्हणा उलट दिशेला, म्हणजे गावातच पळाला आणि घरी जाऊन मागील दारी कर्दळीच्या आळ्यात जाऊन बसला.

त्यानंतर लागोपाठ दोन-चार दिवस मी त्याला धरून नेत होतो आणि वेशीबाहेर आणून अक्काच्या सासरी जाणारी वाट दाखवीत होतो. त्या वाटेने तो थोडा गेल्यासारखा करी आणि परत फिरलो की, थोड्या वेळाने आपणही गेल्या वाटेने परत येऊन कर्दळीच्या आळ्यात बसे.

मग मी आशा सोडून दिली. पाव्हणा आमच्या घरी राहिला.

पाव्हणा गावठी बाण्याचा, पण चांगला थोराड बांध्याचा होता. त्याचा रंग पिवडीसारखा होता. अंगावर केस बेताचेच होते. शेपूट कुर्रेबाज नव्हते. कानही नेहमी पडलेलेच असत.

काय असेल ते असो; पण या कुत्र्याचा चेहरा सदोदित कंटाळल्यासारखा दिसे. हा कंटाळा त्याच्या डोळ्यांत, कपाळावरल्या आठ्यांत दिसेच; पण साध्या बसण्या-उठण्यातही दिसे. आम्ही पुष्कळ दटावून पाहिले, पण माजघराच्या उंबऱ्यात बसण्याचा हक्क त्याने कधी सोडला नाही. गांधीवधाच्या जाळपोळीत आमचा जुना वाडा जळल्यानंतर नवे घर फार अडचणीचेच झाले होते. पुढली चौकट, आत लहान अंगण, बसाय-उठायची लहान खोली, माजघर, स्वयंपाकघर आणि परसू असे फार अपुरे घर झाले होते. बसाय-उठायची खोली आणि माजघर यांमधील जी चौकट होती, तिच्या उंबऱ्यात पाव्हणा बसायचा. त्यामुळे जाता-येता त्यालाही ओलांडावे लागे. कधी चुकून अंगावर पाय पडला, तर कोक् असा नुसता आवाज काढून पाव्हणा मुर्दाडासारखा तिथेच बसून राही; बाजूला होत नसे. उलट, पाय देणाऱ्याकडेच त्रासिक मुद्रेने पाही. ही त्याची जागा चांगली मोक्याची होती. आमच्या घरात तिन्ही-चारी चौकटी एका रेषेत असल्यामुळे बसल्या जागी राहून त्याला सगळे पाहता येई. त्यामुळे ही जागा न सोडता पाव्हणा उंबऱ्यात पडून असे.

सदा कंटाळवाणा चेहरा करून बसलेला पाव्हणा आम्हा कुणाचे काहीही ऐकत नसे. आम्हाला शंका आली की, हा बहिरा तर नाही ना? पण ही शंका फुकाची होती. दुपारी जेवणवेळेला स्वयंपाकघरातूनच आई ओरडली, ''चल रे मेल्या गिळायला!'' की, ते पाव्हण्याला नेमके ऐकू येत असे. मग उठवणी आलेल्या म्हाताऱ्या बैलासारखा तो सावकाश जागचा उठे. बोलायला आले असते, तर 'अरे राम राम, विठ्ठल, पांडुरंगा!' असेसुद्धा तो म्हणाला असता! उठून झाल्यावर मिनिटभर जागा न सोडता तो इकडे-तिकडे पाही. हळूहळू पाय उचलीत बाहेर जाई. दरवाजातून बाहेर पडून मागील दारी येई. वाडग्यात भरून ठेवलेल्या दूध-भाकरीच्या काल्याकडे एकवार पाही. 'काय बुवा, रोज-रोज ही जेवायची कटकट!' असे तो मनाशी म्हणतो

आहे, असे वाटे.

आईने दिलेला काला हादडून झाला, लपक् लपक् पाणी पिऊन झाले की, लगेच तो पुन्हा उंबऱ्यात येऊन बसे. लवकरच त्याच्या पापण्या जड होऊ लागत. आम्ही अजून जेवून उठतो आहोत, तोवर पाव्हणा गडद झोपलेला असे.

या आळशी, कुचकामी पाव्हण्याचा आम्हाला फार राग येई. मी आणि माझे दोन भाऊ त्याला सारखे हिडीस-फिडीस करीत असू. वेळप्रसंगी मारही देत असू. एवढेसे मारले की, जणूकाही प्राण जातो आहे, एवढ्यांदा पाव्हणा केकाटत असे.

मग आई बाहेर धावून येई आणि म्हणे, "अरे कारट्यांनो, मारता काय मुक्या जिवाला? त्यानं काय घोडं मारलंय रे तुमचं?"

मी म्हणे, "अगं आई, तुला माहीत नाही. तो फार आळशी आहे."

"मग तुझं म्हणणं काय, अंग मोडून काम करीत राहावं त्यानं बारा तास?"

"अगं, आत्ता बेलदाराचं गाढव शिरलं होतं परसदारी. माझी वाळत घातलेली चड्डी खाल्ली त्यानं, तर हा बघून-सवरून जागचा उठला नाही."

"अगं बाई, चड्डी खाल्ली का गाढवानं?"

"हो. मी बघितलं, तेव्हा जवळजवळ खाल्लीच होती. बंद तेवढे लोंबत होते तोंडातून!"

"कपाळ माझं!"

"आणि हा पाव्हणा नुसता बघत होता सगळं. मी गाढवाला धोंडे मारले. छू-छू म्हणालो, तर हा डोळे मिटून पेंगायला लागला."

यावर आमचे दादा कनवाळू आवाजाने म्हणत, "अरे, माहेरपणाला आलंय ते बापडं चार दिवस इथं; तुमची वाळत घातलेली धुणी सांभाळायला नाही. त्याचा राग करू नकोस. ते काही कायम राहणार नाही आपल्यात."

खरंतर दादा हे अगदी मनापासून बोलत; पण आईला मात्र वाटे की, हे बोलणे घालून-पाडूनचे आहे.

ती रागाने म्हणे, "होयच मुळी. तो काय जन्मभर आपल्याकडेच राहतोय थोडा? जाईल माघारी उद्या, त्याची मालकीण आली म्हणजे."

मग एकदा पंचमीच्या सणाला अक्का आली आणि परत गेली, तेव्हा पाव्हणा तिच्याबरोबर गेला. आम्हाला वाटले, बरे झाले, ताप चुकला! पण आठएक दिवस झाले; पाव्हणा पुन्हा एकटाच वाट तुडवीत आला आणि धुळीने माखलेले पाय घेऊन उंबऱ्यात बसला. सोळा मैलांचे अंतर तोडून तो आलेला बघताच आईला मोठा कळवळा आला. ती म्हणाली, "बिच्चारं गं! आठवण झाली म्हणून आपल्या

माणसांना जाऊन भेटून आलं बघ.''

पाव्हणा कधी काळी परत जाईल, ही आशा मग आम्ही सोडून दिली.

एकदा पावसाळ्यात भलामोठा गडगडाट होऊन गावच्या वरल्या बाजूला वीज पडली. चिंचेचे मोठे झाड कोसळून पडले. हा गडगडाट ऐकताच पाव्हणा विजेच्या चपळाईने जागचा उठला आणि स्वयंपाकघरात जाऊन अंधाऱ्या जागी, धान्याच्या कणगीमागे जाऊन बसला.

आम्ही गोड बोलून, धमक्या देऊन पाहिले; पण तो तिथून बाहेर येईना. दुसऱ्या दिवशी सकाळीच लालभडक डोळ्यांनी तो बाहेर आला.

या प्रसंगाने पाव्हणा पार बदलला. तो खुनशी चेहऱ्याने आणि तांबारलेल्या डोळ्यांनी सर्वांकडे पाही. जरा उंच आवाजात अंगावर ओरडले की, दात दाखवून गुरूगुरू लागे. गावातल्या पाच लोकांना तो चावला. एकदा महारीण अंगण झाडीत असताना तिला, शेतावरचा गडी धान्याची रिकामी पोती डोक्यावर घेऊन आला तेव्हा त्याला, कुंभाराचा गणू बाहेरच्या पायरीवर येऊन बसला अन् दोनदा मोठ्याने शिंकला म्हणून त्याला आणि गुरांचे डॉक्टर हॅट घालून आले, म्हणून त्यांना!

आम्ही पाव्हण्याशी फार अदबीने वागू लागलो. तो उंबऱ्यात असला, तरी रांगोळी ओलांडून जावे तसे त्याला अलगद ओलांडून जाऊ लागलो. दूध-भाकरी घेऊन आईशिवाय इतर कोणालाही हा पाव्हणा पुढे येऊ देईना.

गावचे लोक दादांना म्हणू लागले, ''बापू, तुमच्या पाव्हण्याला तुम्हीच मारताय की आम्ही मारून टाकू?''

''अरे, असं करू नका. त्याचं डोकं सुधारलं, म्हणजे असा नाही वागायचा. तसा गरीब कुत्रा आहे. मध्यंतरी वीज पडली ना, त्या आवाजानं त्याच्या डोक्यावर परिणाम झालाय. सुधारेल हळूहळू. आपल्या अक्काचा आहे कुत्रा. पाव्हणा आहे आपला.''

पाव्हण्याने अशी जरब निर्माण केली. आम्ही सगळी मुले त्याला बिचकून वागू लागलो आणि आजीने चोर पाहिला होता, त्यानंतर बऱ्याच दिवसांत पुन्हा आमच्या कुटुंबात एक घबराटीची रात्र आली.

मध्यरात्रीच्या सुमारास पाव्हणा एकाएकी मोठमोठ्याने ओरडू लागला. भुंकू नव्हे, ओरडू लागला. गळा काढून रडू लागला. थयाथया नाचू लागला. एकाएकी त्याला काय झाले, हे कुणालाच कळले नाही. मग धीर करून दादा बाहेर आले आणि बघू लागले. तसा पाव्हणा त्यांच्या अंगावर गेला. छातीवर पंजे ठेवून उभा राहिला.

माझा भाऊ एकदम ओरडला, ''दादा, आता तुमचा गळा धरतोय तो!''

मग दादांनी चपळाई करून बैठक मारली आणि दोन्ही हातांनी डोके धरून ते घरात आले. पोत्याच्या उतरंडीवर जाऊन बसले. पाव्हणा मग माझ्या मोठ्या भावाच्या अंगावर झेपावला.

''मेलो मेलो!'' म्हणत भाऊ पळाला आणि खुंट्यांवरून पाय देत, भिंत पार करून माळवदावर जाऊन बसला.

मला आणि आईला कुठे जागाच नव्हती. कुणी चढविल्याशिवाय मला उंच चढता येत नसे आणि आईजवळ तीन वर्षांची बहीण होती. पाव्हणा रडत-ओरडत आमच्या अंगावर झेपावला, तसे आम्ही परसदारी जाऊन दारच लावून टाकले; पण पाव्हणा मागून परसदारी आला. तशी आई दार उघडून आत आली आणि तिने पाव्हण्याला परसात कोंडले. मागची-पुढची अशी दोन्ही दारे लावली.

पाव्हणा बाहेर नाचत-ओरडत होताच. तेवढ्यात बाहेर शेजारीपाजारी जमा झाले होते. आमच्या घरी नेहमी येणारा 'राम' नावाचा पोरगा 'यू यू' करून कुत्र्याला शांत करू लागला. पाव्हणा लगेच त्याच्याकडे गेला आणि मागचा पाय वर करून 'कूं कूं' ओरडू लागला. रामाच्या हातातील कंदिलाच्या उजेडात पाव्हण्याचा चेहरा अगदी दीनवाणा दिसत होता.

राम म्हणाला, ''अरं अरं, ह्येला इच्चू चावलाय जनू.''

खरंच विंचूच चावला असला पाहिजे. एरवी पाव्हणा असला दीनवाणा दिसला नसता, गळा काढून रडला नसता.

रामने ओरडून आम्हाला सांगितले, ''भिऊ नगा, कुत्रं चावत न्हाई. ते गळ्यात पडायला येतंय तुमच्या. त्याला इच्चू चावलाय.''

मग मांत्रिक आणून आम्ही पाव्हण्याचा विंचू उतरवला.

सकाळी दहा वाजता पाव्हणा पुन्हा आळसट चेहरा करून उंबऱ्यात पडून राहिला.

दादा म्हणाले, ''चला, बरं झालं. तसं ह्याचं डोकंही एकदा ताळ्यावर आलं, म्हणजे बरं!''

यावर पाव्हण्याने डोळे न उघडता नुसते कान वर केले आणि पुन्हा खाली पाडले.

■

www.ingramcontent.com/pod-product-compliance
Lightning Source LLC
Chambersburg PA
CBHW071141250626
47159CB00006B/2251

* 9 7 8 8 1 8 4 9 8 3 6 1 6 *